AF766032

രാഹുൽ ചക്രപാണി

1991ൽ കണ്ണൂർ ജില്ലയിലെ തളിപ്പറമ്പ് താലൂക്കിൽ ആലക്കോട് പഞ്ചായത്തിൽ, തേർത്തല്ലിയിൽ, നമ്പൂരിക്കണ്ടത്തിൽ വീട്ടിൽ ജനിച്ചു. കർഷകനായ നമ്പൂരിക്കണ്ടത്തിൽ ചക്രപാണിയുടെയും ദേവകി അമ്മയുടേയും മകനാണ്.

മെഡ്സിറ്റി ഇന്റർനാഷണൽ അക്കാദമി, മെഡ്സിറ്റി ഹെൽത്ത് കെയർ, മെഡ്സിറ്റി ഗ്രൂപ്പ് ഓഫ് ഇൻസ്റ്റിറ്റ്യൂഷൻസ്, മെഡ്സിറ്റി സ്കൂൾ ഓഫ് ഇംഗ്ലീഷ്, മലബാർ മീഡിയ & പബ്ലിക്കേഷൻസ് (നവകേരള ന്യൂസ് ടിവി), റോയൽ ട്രാവൻകൂർ നിധി, റോയൽ ട്രാവൻകൂർ ഫോറക്സ്, റോയൽ ട്രാവൻകൂർ ഫെഡറേഷൻ, റോയൽ ട്രാവൻകൂർ ഫാർമേഴ്സ് പ്രൊഡ്യൂസർ കമ്പനി, Cococa E Commerce, ഫാർമേഴ്സ് മാർട്ട് സൂപ്പർ മാർക്കറ്റ്, അനുഗ്രഹ ചാരിറ്റബിൾ ട്രസ്റ്റ് എന്നിവയുടെ സാരഥിയായും പ്രവർത്തിക്കുന്നു.

പരമ്പരാഗത മത്സ്യത്തൊഴിലാളികൾ, കർഷകത്തൊഴിലാളികൾ, ക്ഷീരകർഷകർ, കൈത്തറി തൊഴിലാളികൾ, റബർ കർഷകർ, നാളികേര കർഷകർ എന്നിവയുടെ ക്ഷേമത്തിനായുള്ള പ്രവർത്തനങ്ങളിൽ സജീവ പങ്കാളിയാണ്. നിരവധി സംഘടനകളുടെ സ്ഥാപകനും ഉപദേഷ്ടാവും നേതൃനിര പ്രവർത്തകനും.

മലബാർ മൾട്ടി സ്റ്റേറ്റ് കോ-ഓപ്പറേറ്റീവ് സൊസൈറ്റി പ്രസിഡണ്ടാണ് നിലവിൽ.

വിലാസം: നമ്പൂരിക്കണ്ടത്തിൽ ഹൗസ്
തേർത്തല്ലി പി.ഒ.
ആലക്കോട് വഴി
കണ്ണൂർ - 670 571

ഫോൺ: 9745657585
email: rahulcn111@mail.com

Malayalam Language
Kerala Rashtreeya Charithram
Akavum Puravum
(History)
by
Rahul Chakrapani

♦

Published in July 2022
2nd Impression September 2022
by Kairali Books Private Limited
Thalikkavu Road, Kannur.
Ph : 0497-2761200
E-Mail : kairalibooksknr@gmail.com

♦

Cover Design
Prasanth Mangad

Price ₹ : 200.00
18/22-23/Sl.No.1323/1000/NS 18.6
ISBN 978-93-93397-09-6

കേരള രാഷ്ട്രീയ ചരിത്രം
അകവും പുറവും

രാഹുൽ ചക്രപാണി

കൈരളി ബുക്സ്

ഉള്ളടക്കം

കേരളീയ ഭരണപർവ്വം

സുകുമാരൻ പെരിയച്ചൂർ

ഇന്ത്യയുടെ തെക്കുപടിഞ്ഞാറ് സിന്ധുസാഗര (അറബിക്കടൽ)ത്തിനും സഹ്യപർവ്വതത്തിനും ഇടയിൽ സ്ഥിതിചെയ്യുന്ന സംസ്ഥാനമാണ് കേരളം. 38,863 ച:കി:മി വിസ്തീർണമുള്ള കേരളത്തിൽ മൂന്നരക്കോടി ജനങ്ങളുണ്ട്. കേരളീയരെ മലയാളികൾ എന്നും വിളിക്കുന്നു. മലയാളം എന്ന വാക്ക് എങ്ങനെയുണ്ടായി? ആ വാക്കിൽത്തന്നെ സൂചിപ്പിക്കുന്നത് കേരളത്തിന്റെ ഭൂമിശാസ്ത്രമാണ്. മല+ആളം അത് ചേരുമ്പോൾ മലയാളമാകുന്നു. മല എന്നത് സഹ്യപർവ്വതത്തെയാണ് സൂചിപ്പിക്കുന്നത്. ആളം എന്നാൽ ആഴം. ആഴം എന്നതിൽനിന്നും ആഴിയുണ്ടായി. ഇവിടെ ആഴി എന്നത് അറബിക്കടലാണ്. സഹ്യപർവ്വതമെന്ന മലയുടേയും അറബിക്കടൽ എന്ന ആഴിയുടേയും ഇടയിലുള്ള പ്രദേശം എന്ന സൂചനയാണ് മലയാളം വാക്ക് നമ്മെ പഠിപ്പിക്കുന്നത്.

ഓരോ പ്രദേശത്തിനും ഓരോ ഐതിഹ്യകഥയുണ്ടല്ലോ. കേരളോത്പത്തിയെപ്പറ്റിയുള്ള കഥയനുസരിച്ച് അറബിക്കടൽ പിൻമാറിയാണ് കേരളമുണ്ടായത്. ക്ഷത്രിയനിഗ്രഹത്തിനായി മഹാവിഷ്ണുവിന്റെ അവതാരമായ പരശുരാമൻ താൻ ഉപയോഗിച്ച മഴു കന്യാകുമാരിയിൽനിന്നും വടക്കോട്ടേക്ക് വീശിയെറിഞ്ഞുവെന്നും ആ ഏറിന്റെ ശക്തികൊണ്ട് കന്യാകുമാരി മുതൽ ഗോകർണം (ഇന്നത്തെ കർണാടകയുടെ തെക്കുഭാഗം) വരെ കടൽ നീങ്ങിമാറിയെന്നും ആ കരഭാഗമാണ് കേരളമെന്നുമാണ് ഐതിഹ്യം. ഈ ഐതിഹ്യത്തിന്റെ സത്തയായി ചരിത്രകാരന്മാരും ഭൂമിശാസത്രകാരന്മാരും കണക്കാക്കുന്നത് സമുദ്രം നീങ്ങിയാണ് കേരളമുണ്ടായതെന്നാണ്. വൻകരാവിസ്ഥാപനസിദ്ധാന്തം പഠിക്കുമ്പോൾ പരശുരാമകഥ ശരിയെന്നു തോന്നാൻ ഐതിഹ്യം എടുത്തുകളഞ്ഞാൽ മാത്രം മതിയാകും. വളരെ വൈകിവന്ന ചരിത്രപഠനമാണ് കേരളത്തിനുള്ളത്. 'ഹിസ്റ്ററി' അഥവാ ചരിത്രം എന്ന വാക്കിന്റെ ഉത്പത്തി ഗ്രീക്കുഭാഷയിൽനിന്നാണ്. ഹിസ്റ്ററി എന്നാൽ അന്വേഷണം എന്നാണർത്ഥം. ആശയങ്ങളുടെ ചരടിൽ കോർത്ത ഭൂതകാലസംഭവങ്ങളുടെ ഒരു അവസാനിക്കാത്ത ഹാരമാണ് ചരിത്രം.

തലമുറകളിൽനിന്നും പകർന്നുതരുന്ന ആശയങ്ങളും സംഭവങ്ങളും

സങ്കല്പങ്ങളും പ്രതീകങ്ങളും ഓരോ ജനസഞ്ചയത്തിന്റേയും സിരകളിലൂടെ അനുസ്യൂതം പ്രവഹിച്ചുകൊണ്ടിരിക്കുന്നു. അത് വറ്റാത്ത നദിപോലെയാണ്. ആ വറ്റാത്ത നദിയിൽ ഇറങ്ങി കുളിക്കുക, രസിക്കുക, പഠിക്കുക, ജീവിക്കുക അതാണ് ചരിത്രബോധത്തിന്റെ അടരുകൾ.

പ്രശസ്ത ചരിത്രപണ്ഡിതനായ ബേഗ്ബി പറയുന്നുണ്ട്, "ചരിത്രകാരന്മാർ പാരമ്പര്യസംരക്ഷകരും, ദേശീയമതത്തിന്റെ പുരോഹിതരും സാമൂഹ്യപരിഷ്കരണത്തിന്റെ പ്രവാചകന്മാരും രാഷ്ട്രീയമതത്തിന്റെ വാക്താക്കളുമാണ്." ചരിത്രത്തിന്റെ അകവും പുറവും അറിയാനുള്ള സാമൂഹ്യപരിഷ്കരണത്തിന്റെ പ്രവാചകന്മാരാവുക എന്നത് ശ്ലാഘനീയമാണ്. കേരളരാഷ്ട്രീയചരിത്രത്തിന്റെ അകവും പുറവും തേടുന്ന രാഹുൽ ചക്രപാണിയുടെ ഉദ്യമം മാതൃകാപരമാണ്.

ഇഎച്ച് കാർ പറഞ്ഞതുപോലെ, "വർത്തമാനകാലവും ഭൂതകാലവും തമ്മിലുള്ള നിരന്തരമായ സംഭാഷണമാണ് ചരിത്രം." കേരളത്തിന്റെ ഭൂതകാലവും വർത്തമാനകാലവും ചേർത്ത ഒരു സൂചകഗ്രന്ഥമാണ് രാഹുൽ ചക്രപാണിയുടെ 'കേരള രാഷ്ട്രീയ ചരിത്രം - അകവും പുറവും".

ഇളകുളം കുഞ്ഞൻപിള്ളയുടെ കേരളചരിത്രപഠനത്തിൽനിന്നും തുടങ്ങി പ്രൊഫ. എ. ശ്രീധരമേനോനും എം.ജി.എസ്. നാരായണനും, എം.ആർ. രാഘവവാര്യരും ഒക്കെ കേരള ചരിത്രത്തെ വ്യത്യസ്തമായ രീതിയിൽ പരിശോധിക്കുകയുണ്ടായി. ചരിത്രപഠനം ഒരു നിരന്തരപ്രക്രിയയാണ്. അത് ഗണിതശാസ്ത്രത്തിലെ കൃത്യമായ ഉത്തരം പോലെ ഒന്നല്ല. ചരിത്രം ഒരു ഒറ്റത്തടിവൃക്ഷമല്ല. അത് അരയാൽപോലെ മഹാവൃക്ഷമാണ്. രാഹുൽ ചക്രപാണിയുടെ 'കേരള രാഷ്ട്രീയ ചരിത്രം അകവും പുറവും' എന്ന ഗ്രന്ഥം കേരളത്തിന്റെ ഭരണചരിത്രവേരുകളെ ചികഞ്ഞെടുക്കുകയാണ് ചെയ്യുന്നത്. കേരളത്തിന്റെ പ്രാക്ചരിത്രം മുതൽ 2021ൽ രണ്ടാം പിണറായി സർക്കാരിനു തൊട്ടുമുമ്പുവരെയുള്ള ഭരണാധികാരികളെക്കുറിച്ചുള്ള സൂക്ഷ്മനിരീക്ഷണമാണ് പുസ്തകത്തിലെ പ്രതിപാദ്യം.

കേരളമെന്ന കൊച്ചുഭൂപ്രദേശത്തെ ഗുണപരമായി കണ്ട ഇബ്നുബത്തൂത്തയുടെ വാക്കുകളിലൂടെയുള്ള പ്രവേശിക ഹൃദ്യമായിരിക്കുന്നു. ഇബ്നുബത്തൂത്ത കണ്ട നമ്പർവൺ കേരളം അതിന്റെ ഖ്യാതി ഇക്കാലത്തും നിലനിർത്തുന്നു. കേരളത്തിലെ പ്രാചീനകാല ഭരണകർത്താക്കളുടെ പേരും കാലവും സൂക്ഷ്മമായി പ്രതിപാദിക്കുന്ന ഇത്തരമൊരു പുസ്തകം ആദ്യമായിട്ടാണെന്നു തോന്നുന്നു.

ഉതിയൻ താവഴിയിലെ പെരുംചോറ്റുതിയനിൽനിന്നും തുടങ്ങി പിണറായി വിജയൻവരെയുള്ള ഭരണാധികാരികളെ കാലഗണനാക്രമത്തിൽ

ഈ ഗ്രന്ഥത്തിൽ പ്രതിപാദിച്ചിരിക്കുന്നു. കേരള ചരിത്രത്തിലെ മറക്കാനാവാത്ത ഭരണശ്രേഷ്ഠരായ കുലശേഖര ആഴ്വാർ, മാർത്താണ്ഡവർമ്മ, ശക്തൻതമ്പുരാൻ എന്നിവരെക്കുറിച്ചുള്ള ലഘുവിവരണവും ഈ ഗ്രന്ഥത്തെ സമ്പുഷ്ടമാക്കുന്നു. സമകാലിക കേരളചരിത്ര വിദ്യാർത്ഥികൾക്ക് മുതൽക്കൂട്ടാണ് രാഹുൽചക്രപാണിയുടെ 'കേരളരാഷ്ട്രീയചരിത്രം - അകവും പുറവും' എന്ന ഉത്തമ പഠനഗ്രന്ഥം.

പരശുരാമകഥയിലെ കേരളം എങ്ങനെ ഇന്നത്തെ ഭരണരീതിയിലേക്ക് എത്തിച്ചേർന്നുവെന്നതിന്റെ അകവും പുറവും ചേർത്ത് ലളിതമായ ഭാഷയിൽ തയ്യാറാക്കിയ ഗ്രന്ഥകാരന്റെ ഉദ്യമം ചരിത്രാന്വേഷികൾക്ക് വിശദ പഠനത്തിനുള്ള ഒരു മാർഗരേഖയാകുമെന്നതിൽ സംശയമില്ല. ഇളംകുളം കുഞ്ഞൻപിള്ളയുടെ 'കേരളചരിത്രത്തിലെ ഇരുളടഞ്ഞ ഏടുകൾ' ആണല്ലോ കേരളചരിത്രത്തിന്റെ വെളിച്ചമായി മാറിയത് എന്നത് ഇവിടെ ഓർത്തുപോകുന്നു. രാഹുൽ ചക്രപാണിയുടെ 'കേരള രാഷ്ട്രീയചരിത്രം - അകവും പുറവും' നമ്മുടെ ഭരണാധികാരികളെക്കുറിച്ചുള്ള വിശദപഠനത്തിന് വഴികാട്ടിയാവും.

കേരളത്തിന്റെ അകവും പുറവും കണ്ട ഇബ്നു ബത്തൂത്ത

കേരളത്തെ അടുത്തറിയുക എന്നത് ഓരോ കേരളീയന്റേയും കടമയാണ്. കേരളത്തെക്കുറിച്ചുള്ള നല്ല വാക്കുകൾ തന്നെയാവട്ടെ ആദ്യം. ഇബ്നു ബത്തൂത്തയുടെ 'റിഹ്‌ല' എന്ന പുസ്തകത്തിൽ കേരളത്തെക്കുറിച്ച് ഇങ്ങനെ പറയുന്നുണ്ട്, "മലബാർ കുരുമുളകിന്റെ നാടാണ്. ഈ നാട്ടിനു ഗോകർണം മുതൽ കൊല്ലംവരെ രണ്ടുമാസത്തെ വഴിദൂരമുണ്ട്. ഇവിടുത്തെ എല്ലാ പാതകളും ചാലവൃക്ഷങ്ങളാൽ കുളിർമ്മയുള്ളതാണ്. നിരത്തുകളിൽ അരനാഴിക ഇടവിട്ടു വഴിയമ്പലങ്ങൾ കാണാം. അമ്പലത്തിനടുത്ത് ഒരു കിണറും വെള്ളം കോരിക്കൊടുക്കാൻ ഒരാളുമുണ്ടായിരിക്കും. അമുസ്ലീങ്ങൾക്കു പാത്രത്തിൽ വെള്ളം കൊടുക്കുന്നു. മുസ്ലീങ്ങൾക്ക് കൈയിലാണ് ഒഴിച്ചുകൊടുക്കുന്നത്. ചോറു വാഴയിലയിൽ വിളമ്പി കറിയും അതിൽതന്നെ ഒഴിക്കുകയാണ് പതിവ്.

ജനവാസമോ കൃഷിയോ ഇല്ലാത്ത സ്ഥലങ്ങളുണ്ടെന്നു പറയാനില്ല. ഓരോ ഭവനവും ഓരോ തോട്ടത്തിന്റെ മധ്യത്തിൽ സ്ഥിതി ചെയ്യുന്നു. ഈ പ്രദേശത്തുള്ളവർ മൃഗങ്ങളെ വാഹനമായി ഉപയോഗിക്കാറില്ല. സഞ്ചാരം കാൽനടയായിത്തന്നെ. രാജാക്കന്മാർക്കേ കുതിരകളുള്ളൂ. മഞ്ചൽ എന്ന ഒരു വാഹനമുണ്ട്. അത് അടിമകൾ ചുമന്ന് കൊണ്ടുപോകുന്നു. മലബാറിലേതുപോലെ നിർഭയമായി സഞ്ചരിക്കാവുന്ന പാതകൾ

ലോകത്തൊരിടത്തും ഞാൻ കണ്ടിട്ടില്ല. ഒരു തേങ്ങാ മോഷ്ടിക്കുന്നവന് വധശിക്ഷവരെ നൽകുന്നു. മുസ്ലീങ്ങളെ ഇവിടുത്തുകാർ വളരെ ബഹുമാനിക്കുന്നു.

മലബാറിൽ പന്ത്രണ്ട് രാജാക്കന്മാരുണ്ട്. അവരിൽ മുസ്ലീങ്ങൾ ആരുമില്ല. ഇവരിൽ അമ്പതിനായിരം പട്ടാളക്കാരുള്ള രാജാക്കന്മാരുണ്ട്. സംഘട്ടനമോ അവരുടെ ഇടയിലില്ല. ശക്തന് ബലഹീനനെ കീഴടക്കണമെന്ന ആഗ്രഹവുമില്ല. ഇവരുടെ പിൻവാഴ്ചക്കാർ മക്കളല്ല, മരുമക്കളാണ്."

ഇബ്നുബത്തൂത്തയുടെ റിഹ്‌ല എന്ന ബൃഹത്ഗ്രന്ഥം കേരളത്തെ വാഴ്ത്തുകയാണ്. റിഹ്‌ല എന്നാൽ യാത്ര എന്നാണ് അർത്ഥം. 1342 ഡിസംബർ 29നാണ് ഇബ്നുബത്തൂത്ത എന്ന ലോകസഞ്ചാരി കേരളത്തിൽ ഏഴിമലയിലെത്തുന്നത്. 1343 ജനുവരി 1ന് പന്തലായിനിയും 1343 ഡിസംബർ 31ന് ധർമ്മടവും 1344 ജനുവരി 2ന് കോഴിക്കോടും 1344 ഏപ്രിൽ 7ന് കൊല്ലവും സന്ദർശിച്ചു.

കേരളത്തെക്കുറിച്ച് ഇത്രയും വസ്തുനിഷ്ഠമായ ഒരു സമകാലിക യാത്രാവിവരണം മറ്റൊരു യാത്രികനും എഴുതിയിട്ടില്ല. മുഹമ്മദ്ബിൻ തുഗ്ലക്കിന്റെ ഖാസിയായി അഥവാ ജഡ്ജിയായി നിയമിക്കപ്പെട്ട ഇബ്നുബത്തൂത്തയുടെ ഓരോ വാക്കും നിക്ഷ്പക്ഷവും നീതിയുക്തവുമായിരുന്നു.

കേരളം എന്ന വാക്കുണ്ടായത് കേരവൃക്ഷങ്ങളുടെ അളം എന്നതിൽനിന്നാണല്ലോ. കേരളത്തിന്റെ സാംസ്കാരികത്തനിമയുടെ മുഖമുദ്രയാണ് നാളികേരം. അതുപോലെ ദക്ഷിണ കൊടുക്കാൻ, ആദരവ് പ്രകടിപ്പിക്കാനുള്ള അടയാളം വെറ്റിലയും അടക്കയുമാണ്. നാളികേരത്തെക്കുറിച്ചും വെറ്റിലയെക്കുറിച്ചും ഇബ്നുബത്തൂത്ത വിവരിക്കുന്നത് അഭിമാനത്തോടെയാണ്. ഇബ്നുബത്തൂത്തയുടെ വാക്കുകൾ നോക്കൂ. "വെറ്റിലക്കൊടി മുന്തിരിവൈനിന്റെ അതേ രീതിയിലാണ് കൃഷി ചെയ്തിരുന്നത്. വെറ്റില ഒരു ഫലവൃക്ഷമായിരുന്നില്ല. ഇലകൾക്കുവേണ്ടി മാത്രമാണ് അത് വളർത്തിയിരുന്നത്. ഒരാൾ വെറ്റില തിന്നുന്നതിനുമുമ്പ് ഒരു അടയ്ക്കയെടുത്ത് ചെറിയ കഷണങ്ങളാക്കി നുറുക്കി വായിലിട്ട് ചവയ്ക്കുന്നു. അതിനുശേഷം വെറ്റിക്കൊടിയിൽനിന്ന് ഇല നുള്ളിയെടുത്ത് ചുണ്ണാമ്പുതേച്ച് ചവച്ചരയ്ക്കുന്നു." ഇബ്നുബത്തൂത്തയുടെ സൂക്ഷ്മനിരീക്ഷണത്തിന്റെ മനോഹരമായ ദൃഷ്ടാന്തങ്ങളാണിത്.

നാളികേരത്തെക്കുറിച്ചുള്ള ഇബ്നുബത്തൂത്തയുടെ വിവരണം കൂടുതൽ രസകരമാണ്. "തെങ്ങുകൾ ഈന്തപ്പനകൾ പോലെയാണ്. ഒന്നു കുരുവും മറ്റൊന്ന് പഴവും ഉത്പാദിപ്പിക്കുന്നു എന്നതൊഴിച്ചാൽ അവ

തമ്മിൽ യാതൊരു വ്യത്യാസവുമില്ല. നാളകേരത്തിന് മനുഷ്യന്റെ ശിരസ്സുമായി സാമ്യമുണ്ട്. മനുഷ്യന്റേതുപോലുള്ള രണ്ടു കണ്ണുകളും ഒരു വായും അതിൽ കാണാം. പച്ചയായിരിക്കുമ്പോൾ അതിന്റെ ഉൾഭാഗം തലച്ചോറുപോലെയാണ്. അതിനോട് ബന്ധപ്പെട്ട് കാണുന്ന നാരുകൾ രോമംപോലെ തോന്നിക്കുന്നു. ഇതിൽനിന്ന് അവർ കയറുണ്ടാക്കുകയും വള്ളം കെട്ടിയുറപ്പിക്കുന്നതിന് ഇരുമ്പാണികൾക്ക് പകരമായി ഉപയോഗിക്കുകയും ചെയ്യുന്നു. പായ്ക്കപ്പലുകൾക്കാവശ്യമായ വടങ്ങളും അവർ ഇതിൽനിന്ന് നിർമ്മിക്കുന്നു."

ഇബ്നു ബത്തൂത്ത 14-ാം നൂറ്റാണ്ടിലെ സമകാലിക കേരളത്തെ മനോഹരമായി, തികച്ചും ആധികാരികമായി, വർണിക്കുകയാണ് 'റിഹ്ല' യിൽ. കേരളത്തിന്റെ അകവും പുറവും നന്നായി നിരീക്ഷിച്ച് അത് കൃത്യമായി രേഖപ്പെടുത്തിയ വ്യക്തിയാണ് ഇബ്നുബത്തൂത്ത.

കേരള ചരിത്രസ്രോതസ്സുകൾ

ആധുനിക കേരളത്തിന്റെ ചരിത്രം നമുക്ക് ഹൃദിസ്ഥമാണ്. പ്രാചീനകേരളത്തിന്റെ അഥവാ ആധുനികപൂർവ്വകേരളത്തിന്റെ ചരിത്രസ്രോതസ്സുകൾ ഇന്ന് നമുക്ക് ലഭ്യമാണ്. സ്രോതസ്സുകളെ മൂന്നായി തരംതിരിക്കാം.

1. പുരാവസ്തു ശാസ്ത്രപരമായ സാമഗ്രികൾ

ഇരുമ്പുയുഗത്തിലേയും ആദിമചരിത്രകാലഘട്ടത്തിലേയും ഭൗതികാവശിഷ്ടങ്ങൾ, റോമാക്കാരുടെയും ചേരന്മാരുടേയും നാണയങ്ങൾ, ശിലാലിഖിതങ്ങൾ എന്നിവ.

2. സാഹിത്യപരമായ തെളിവുകൾ

തമിഴിലെ വീരകാവ്യങ്ങൾ, മൂഷികവംശകാവ്യം പോലെയുള്ള സംസ്കൃത കൃതികൾ, വാമൊഴി പാരമ്പര്യങ്ങളും ഗ്രന്ഥവരികളും ഉൾപ്പെടെയുള്ള മലയാളസാഹിത്യം.

3. വിദേശികളുടെ സഞ്ചാരക്കുറിപ്പുകൾ

ഗ്രീക്ക്, റോമൻ, ചൈനീസ്, അറബി, പോർച്ചുഗീസ് സഞ്ചാരികളുടെ വിവരണങ്ങൾ. ഇബ്നു ബത്തൂത്തയുടെ 'റിഹ്ല' ഏറ്റവും മികച്ച ഉദാഹരണം.

കേരളത്തിൽ ജനജീവിതം ആരംഭിച്ചത്...

കേരളത്തിൽ ജനജീവിതം ആരംഭിച്ചത് എന്നാണ് എന്ന് വ്യക്തമല്ല. ശിലായുഗം മുതൽക്കുതന്നെ ഇവിടെ മനുഷ്യവാസം ഉണ്ടായിരുന്നുവെന്നു വിശ്വസിക്കുന്നു. ഇന്ത്യയിൽ പ്രാക്ചരിത്രം അഥവാ ചരി

ത്രത്തിനു മുമ്പുള്ള കാലത്തെക്കുറിച്ചുള്ള പഠനങ്ങൾക്ക് തുടക്കം കുറിച്ചത് 1863ലാണ്. റോബർട്ട് ബ്രൂസ് ഫൂട്ട് മദ്രാസ്സിലെ പല്ലാവുരത്തുനിന്ന് പ്രാചീനശിലായുഗത്തിലെ ആയുധങ്ങളും ഉപകരണങ്ങളും കണ്ടെടുത്തതോടെയാണ് പ്രാക്ചരിത്രപഠനം ശ്രദ്ധ നേടുന്നത്. കേരളത്തിലെ കനത്ത മഴ, ഇടതിങ്ങിയ വനങ്ങൾ, കല്ലോലാകൃതിയിലുള്ള തുണ്ടുതുണ്ടായ പ്രദേശം, വെള്ളാരംകല്ലിന്റെ അഭാവം തുടങ്ങിയവ ശിലായുഗമനുഷ്യന് കേരളത്തോട് താത്പര്യമില്ലാതാക്കിത്തീർത്തു എന്നൊരഭിപ്രായം നിലനിന്നിരുന്നു. എന്നാൽ 1970കൾക്കുശേഷം കേരളത്തിന്റെ വ്യത്യസ്തഭാഗങ്ങളിൽ നിന്ന് ധാരാളം ശിലോപകരണങ്ങൾ കണ്ടെടുക്കുകയുണ്ടായി. ഇത് കേരളത്തിൽ ശിലായുഗമനുഷ്യൻ താമസിച്ചിരുന്നുവെന്നതിന്റെ തെളിവായി കണക്കാക്കുന്നു. അതായത് ക്രി: മു: പതിനായിരം വർഷം മുമ്പുവരെയുള്ള കാലഘട്ടമാണ് ശിലായുഗം എന്നറിയപ്പെടുന്നത്.

കേരളത്തിലെ ശിലായുഗമനുഷ്യർ താമസിച്ചതെവിടെ?

കേരളത്തിലെ ശിലായുഗമനുഷ്യർ താമസിച്ചതെവിടെ എന്നതിന് ഉത്തരം പ്രകൃതിദത്തമായ കരിങ്കൽഗുഹകളിലായിരിക്കാമെന്ന് അനുമാനിക്കുന്നു. കരിങ്കൽഗുഹകളിൽ താമസിച്ചിരുന്ന പ്രാചീനശിലായുഗമനുഷ്യൻ മഴക്കാലത്ത് തന്റെ കരവിരുത് ഗുഹാച്ചുമരുകളിൽ രേഖപ്പെടുത്തി. ഇത്തരത്തിലുള്ള കരിങ്കൽഗുഹാകേന്ദ്രത്തിന് ഏറ്റവും വലിയ

തെളിവാണ് വയനാട്ടിലെ എടയ്ക്കൽ ഗുഹ. പശ്ചിമഘട്ടവും പൂർവ്വഘട്ടവും കൂടിച്ചേരുന്ന അമ്പുകുത്തിമലയിലെ പ്രകൃതിജന്യമായ രണ്ടുഗുഹകളാണ് എടയ്ക്കൽ ഗുഹ. ശിലായുഗസംസ്കാരകാലഘട്ടത്തിലെ ശിലാലിഖിതങ്ങൾ എടയ്ക്കൽ ഗുഹയെ കേരള ചരിത്രപഠനത്തിന്റെ മുഖക്കുറിയായി മാറ്റി. കേരളത്തിൽനിന്നും ലഭിച്ചിട്ടുള്ള ഏറ്റവും പഴക്കമേറിയ ശിലാലിഖിതമാണ് എടയ്ക്കൽ ശിലാലിഖിതം. എടയ്ക്കൽ ഗുഹകളെ ലോകശ്രദ്ധയിലേക്കു കൊണ്ടുവന്നത് 1984ൽ മലബാറിലെ ജില്ലാ പോലീസ് സൂപ്രണ്ടായിരുന്ന എഫ്. ഫോസെറ്റാണ്. ആദിവാസികളായ മുള്ളുക്കുറുമരുടേയും പണിയരുടേയും സഹായമാണ് എടയ്ക്കൽ ഗുഹാ ചരിത്രപഠനത്തെ ഏറെ ശ്രദ്ധേയമാക്കിയത്. ഫോസെറ്റിനുശേഷം ആർ. സി. ടെമ്പിൾ, റോബർട്ട് ബ്രൂസ്ഫൂട്ട്, ഡോ. ഷൂൾറ്റ്സ്, കോളിൻ മെക്കൻസി എന്നിവരും എടയ്ക്കലിനെക്കുറിച്ചും വയനാട്ടിലെതന്നെ മറയൂർ, തൊവരി എന്നിവയെക്കുറിച്ചും നെയ്യാറ്റിൻകരയിലെ അങ്കോട്, കൊല്ലത്തെ തെന്മല എന്നിവിടങ്ങളിൽനിന്നും പ്രാചീന ശിലായുഗ വാസസ്ഥലങ്ങൾ കണ്ടെത്തിയിട്ടുണ്ട്. ചുരുക്കത്തിൽ പ്രാചീനശിലായുഗത്തിന്റെ അന്ത്യത്തിലുള്ള ചെറുശിലായുഗത്തിലാണ് കേരളത്തിൽ ജനജീവിതം ആരംഭിച്ചതെന്ന് വിശ്വസിക്കുന്നു. അതായത് ക്രി.മു. പതിനായിരത്തിനും നാലായിരത്തിനും ഇടയിലുള്ള കാലഘട്ടം.

ഇരുമ്പുയുഗം

കേരളത്തെക്കുറിച്ച് നമുക്ക് ഏറ്റവുമധികം തെളിവു സാമഗ്രികൾ ലഭ്യമായ ആദ്യകാലഘട്ടത്തെ മഹാശിലായുഗകാലം അഥവാ ഇരുമ്പുയുഗം എന്നാണറിയപ്പെടുന്നത്.

ഏതാണ്ട് ബിസി 300നും സി ഇ 500നും മദ്ധ്യേയുള്ള കാലഘട്ടമാണ് കേരളത്തിന്റെ ഇരുമ്പുയുഗം. അതായത് രണ്ടായിരത്തി മുന്നൂറു വർഷങ്ങൾക്കുമുമ്പുള്ള കേരളചരിത്രത്തെ ഇരുമ്പുയുഗകാലം അഥവാ ഇരുമ്പുയുഗമനുഷ്യൻ ജീവിച്ചിരുന്ന കാലഘട്ടത്തെ മഹാശിലായുഗകാലഘട്ടം എന്നുവിളിക്കുന്നു. എല്ലാതരത്തിലുമുള്ള ശവകുടീരങ്ങളെയാണ് മഹാശിലകൾ എന്ന് വിളിക്കുന്നത്. കൽവെട്ടു അറകൾ, കുടക്കല്ലുകൾ, തൊപ്പിക്കല്ലുകൾ, ഡോൽമെൻ, സിസ്റ്റ്, നന്നങ്ങാടികൾ, സാർകോഫാഗസ്, പുലച്ചിക്കല്ലുകൾ, കൽവൃത്തങ്ങൾ എന്നിവയാണ് മഹാശിലകൾ അഥവാ ശവകുടീരങ്ങൾ. മഹാശിലാസ്മാരകങ്ങളിൽനിന്നു വ്യാപകമായി ഇരുമ്പുപകരണങ്ങൾ കണ്ടെടുക്കുകയുണ്ടായി. അതിനാൽ ഈ കാലഘട്ടത്തെ ചരിത്രകാരന്മാർ ഇരുമ്പുയുഗം എന്നും മഹാശിലായുഗം എന്നും വിളിച്ചു.

ശവശരീരങ്ങളോടൊപ്പം ധാരാളം സാധനങ്ങൾ അടക്കംചെയ്തിരുന്നു. കറുപ്പ് ചുവപ്പ് നിറങ്ങളോടുകൂടിയ മൺപാത്രങ്ങൾ, ചുവന്ന പ്രതലമുള്ള മൺപാത്രങ്ങൾ, തവിട്ടുനിറമുള്ള മൺപാത്രങ്ങൾ, കറുത്തനിറമുള്ള മൺപാത്രങ്ങൾ എന്നിവ ശവശരീരങ്ങളോടൊപ്പം കണ്ടെത്തിയിരുന്നു. കൂടാതെ ഇരുമ്പുകൊണ്ടുള്ള ഉപകരണങ്ങളായ കത്തി, വാൾ, അരിവാൾ, ഇരിപ്പിടം, കുന്തമുനകൾ, അമ്പുമുനകൾ, ചാട്ടുളി, ഇരുമ്പുവിളക്ക് തുടങ്ങിയവയും ശവശരീരങ്ങൾക്കൊപ്പം ലഭിച്ചിരുന്നു.

ഇരുമ്പുയുഗത്തെക്കുറിച്ച് പഠിക്കുന്നതിന് സഹായകരമായ ഒരു പ്രധാനചരിത്രസ്രോതസ്സാണ് ആദ്യകാല തമിഴ് കാവ്യങ്ങൾ. ഇവയെ സംഘസാഹിത്യം എന്നാണറിയപ്പെടുന്നത്. BCE 330നും CE 500നും മധ്യേയാണ് സംഘംകൃതികൾ രചിക്കപ്പെട്ടത്. കേരളത്തിലെ ഇരുമ്പുയുഗത്തെക്കുറിച്ച് ലഭിക്കുന്ന മറ്റു തെളിവുസാമഗ്രികളാണ് ആദ്യകാല തമിഴ്-ബ്രാഹ്മി കൊത്തു ലിഖിതങ്ങൾ, ഗ്രീക്കോ റോമൻ വിവരണങ്ങൾ, മുദ്രാങ്കിത നാണയങ്ങൾ, റോമൻ നാണയങ്ങൾ എന്നിവ.

ഈ തെളിവുസാമഗ്രികളെ അടിസ്ഥാനമാക്കി BCE 330നും CE 500നും മധ്യേയുള്ള കാലഘട്ടമാണ് ഇരുമ്പുയുഗം എന്നു കണക്കാക്കുന്നു. അതായത് കേരളം എന്നൊന്നില്ല, തമിഴകം മാത്രം. എന്നാൽ മഹാഭാരത കാലഘട്ടമാകുമ്പോഴേക്കും കേരളത്തിന് സ്വന്തമായ ഭരണകൂടമുള്ളതായി കാണാം.

കേരളത്തെക്കുറിച്ച് പ്രതിപാദിക്കുന്ന പുരാണങ്ങൾ

1. മഹാഭാരതത്തിൽ ഭാരതഭൂമിയടെ തെക്കേ അറ്റത്തുള്ള നാട്ടുമ്പുറങ്ങളെപ്പറ്റി പ്രസ്താവിക്കുമ്പോൾ ദ്രാവിഡം, കേരളം, മൂഷികം, കർണാടകം എന്നിങ്ങനെ പരാമർശിക്കുന്നു.
2. ചോള കേരള പാണ്ഡ്യന്മാർ എന്ന് ബ്രഹ്മാണ്ഡപുരാണം 54-ാം

അദ്ധ്യായത്തിൽ കാണാം.

3. അഗ്നിപുരാണത്തിൽ 277-ാം അദ്ധ്യായത്തിൽ കേരളർ എന്ന് പരാമർശിക്കുന്നുണ്ട്.

4. രുക്മിണീസ്വയംവരത്തിൽ പങ്കെടുക്കാൻ കേരളനും വിദർഭ രാജധാനിയിൽ സന്നിഹിതരായി എന്ന് ഭാഗവതം ദശമസ്കന്ധത്തിൽ പരാമർശമുണ്ട്.

5. കർണ്ണൻ തന്റെ ദിഗ്വിജയത്തിൽ കേരള രാജാവിനെ കീഴടക്കിയതായി വനപർവ്വത്തിൽ പരാമർശിക്കുന്നു.

6. സഹദേവൻ ദിഗ്വിജയത്തിൽ കേരളരെയും ജയിച്ചതായി പറയുന്നു.

7. വാത്മീകി രാമായണത്തിലും പരാമർശം കാണാം, 'ചോളാൻ പാണ്ഡ്യൻ ചകേരളാൻ' എന്ന്.

മഹാഭാരതകാലഘട്ടം BCE 200നും CE 200നും ഇടയിലാണെന്നു വി.എസ്. സുക്താങ്കറുടെ പഠനം വ്യക്തമാക്കിയിട്ടുണ്ട്. അങ്ങനെ വെച്ചു നോക്കുമ്പോൾ 2200 വർഷങ്ങൾക്കുമുമ്പ് കേരളത്തിൽ രാജാക്കന്മാർ ഭരിച്ചിരുന്നുവന്ന് വ്യക്തം.

കേരളത്തിലെ പ്രാചീനഭരണം

തമിഴിലെ ആദ്യ വ്യാകരണ ഗ്രന്ഥമായ തൊൽക്കാപ്പിയത്തിൽ കേരളത്തിലെ ഭരണസമ്പ്രദായത്തെക്കുറിച്ചും പറയുന്നുണ്ട്. ചേരരാജ്യം കേരളഭൂപ്രദേശമായി കണക്കാക്കുന്നു. സംഘസാഹിത്യമാണ് ചേരരാജാക്കന്മാരെക്കുറിച്ച് വ്യക്തമായ സൂചനകൾ നൽകുന്നത്. സംഘകാലത്ത് മൂപ്പൻ വാഴ്ചകളാണ് നിലനിന്നിരുന്നത്. കീഴാർമാർ, വേളിർമാർ, വേന്തർമാർ എന്നിവരായിരുന്നു പ്രധാനപ്പെട്ട മൂപ്പൻമാർ. ഇതിൽ കീഴാർമാർ നായാട്ടുമുഖ്യന്മാരായിരുന്നു. കുറിഞ്ചി, മുല്ലൈ മലമ്പ്രദേശങ്ങളിലെ ഭരണാധികാരിവർഗമായിരുന്നു വേളിർമാർ. സംഘകാവ്യങ്ങളിൽ പരാമർശിക്കപ്പെടുന്ന മൂവേന്തർമാർ ചേരന്മാർ, ചോളന്മാർ, പാണ്ഡ്യന്മാർ എന്നിവരായിരുന്നു.

ആദ്യകാല തമിഴകത്തെ കേരളം രണ്ടു വേളിർമുഖ്യന്മാരുടെ ആധിപത്യത്തിലായിരുന്നു. വടക്ക് ഏഴിമലയിൽ നന്നനും തെക്ക് ആയ് നാട്ടിലെ മുഖ്യനുമാണ് ഭരണം കയ്യാളിയിരുന്നത്. കേരളത്തിന്റെ മദ്ധ്യഭാഗത്ത് വേന്തർമാരിലെ ചേരന്മാർ ആധിപത്യം പുലർത്തി. പുറനാനൂറും പതിറ്റുപത്തും രണ്ടു വംശപരമ്പരയിലുള്ള ചേരന്മാരെ പരാമർശിക്കുന്നുണ്ട് - ഉതിയൻ, ഇരുമ്പൊറൈ. ഇരുമ്പൊറൈയുടെ താവഴിയിലെ മൂന്നു വംശങ്ങളുണ്ടായിരുന്നു. ചേരന്മാരുടെ കേന്ദ്രപ്രദേശം അഥവാ തല

സ്ഥാനം കരൂർ ആയിരുന്നു.

പതിറ്റുപത്തിൽ പരാമർശിക്കപ്പെട്ട ആദ്യകാല ചേരരാജാക്കന്മാർ

ഉതിയൻ താവഴിക്കാർ

1. പെരുംചോറ്റുതിയൻ
2. ഇമയവരമ്പൻ നെടുംചേരലാതൻ
3. പൽയാനെ ചെൽകെഴു കുട്ടുവൻ
4. കളം കായ്ക്കണ്ണി നാർമുടിച്ചേരൽ
5. കടൽ പറകോട്ടിയ ചെങ്കുട്ടവൻ
6. ആടുംകോട്ട് പാട്ടുചേരലാതൻ
7. ആണ്ടുവൻ ചേരലാതൻ

ഇരുമ്പൊറൈ താവഴി

8. ചെൽവ കടുംകോ അഴിയാതൻ
9. പെരും ചേരൽ ഇരുമ്പൊറൈ
10. ഇളംചേരൽ ഇരുമ്പൊറൈ

മകോതൈയിലെ പെരുമാക്കന്മാർ

CE 8 ഉം 9 ഉം നൂറ്റാണ്ടുകളിൽ കേരളത്തിൽ രാജാധികാരം ഉയർന്നുവന്നു. കേരളത്തിലെ ആദ്യരാജവാഴ്ചയ്ക്കു രൂപം നൽകിയത് മകോതൈ തലസ്ഥാനമാക്കി ഭരണം നടത്തിയ പെരുമാക്കന്മാരാണ്. ഇവരെ പിൽക്കാല ചേരന്മാർ എന്നറിയപ്പെടുന്നു. ആദ്യചേരന്മാർ തമിഴകത്തെ ഉതിയൻ താവഴിക്കാരും ഇരുമ്പൊറൈ താവഴിക്കാരുമായിരുന്നു.

പിൽക്കാലചേരന്മാർ അഥവാ പെരുമാക്കന്മാരുടെ ഭരണം CE 300 മുതൽ 1122 വരെ നീണ്ടുനിന്നു. എണ്ണൂറ് വർഷത്തിലധികം കേരളം ഭരിച്ചത് പെരുമാക്കന്മാരായിരുന്നുവെന്ന് വ്യക്തം. പെരുമാക്കന്മാരുടെ തലസ്ഥാനം മാകോതൈ അഥവാ മഹോദയപുരമായിരുന്നു. അത് ഇപ്പോഴത്തെ കൊടുങ്ങല്ലൂരാണെന്ന് തിരിച്ചറിഞ്ഞിട്ടുണ്ട്.

പെരുമാൾ രാജാവിന്റെ ഭരണം ജനാധിപത്യത്തിലൂന്നിയതായിരുന്നു. രാജാവിനെ സഹായിക്കാൻ ഒരു കൗൺസിൽ ഉണ്ടായിരുന്നു. ഈ കൗൺസിൽ നാലുതളികളുടെ അഥവാ ക്ഷേത്രക്കമ്മിറ്റികളുടെ നടത്തിപ്പുകാർ നാലുതളിയിലെ അംഗങ്ങളായിരുന്നു. മേൽതളി, കീഴ്തളി, നെടിയ തളി, ചിങ്ങപുരം തളി എന്നിവയായിരുന്നു നാലു തളികൾ. ഗ്രാമസഭകൾ, ക്ഷേത്രക്കമ്മിറ്റികൾ എന്നിവയ്ക്ക് അദ്ധ്യക്ഷത വഹിച്ചിരുന്നത് രാജാവോ അല്ലെങ്കിൽ അദ്ദേഹത്തിന്റെ പ്രതിനിധിയോ ആയ 'ആൾക്കോയിൽ' ആയിരുന്നു. രാജാവിനെ സംരക്ഷിക്കാൻ ഒരു സൈനികവിന്യാസം

ഉണ്ട്. ആയത് 'ആയിരം' എന്നറിയപ്പെട്ടു.

രാജാവിനെ പരാമർശിക്കപ്പെടുന്ന പേരുകൾ നിരവധിയാണ്. കോ, കോൻമൈ, ചേരമൻ, പെരുമാൾ, പെരുമൻ, പെരുമനടികൾ എന്നിവ ഏറെ ശ്രദ്ധേയമാണ്. പെരുമാക്കന്മാർക്ക് സ്ഥാനാരോഹണസമയത്ത് നൽകുന്ന സ്ഥാനപ്പേരുകൾ രാജശേഖരൻ, രാജാധിത്യൻ, രണാധിത്യൻ, കുലശേഖരൻ എന്നിവയാണ്.

കുലശേഖര ആഴ്‌വാർ - കേരളത്തിലെ ആദ്യത്തെ ശക്തനായ ഭരണകർത്താവ്

പിൽക്കാല ചേരസാമ്രാജ്യത്തിന്റെ സ്ഥാപകനായ കുലശേഖര ആഴ്‌വാറാണ് കേരളത്തിലെ ആദ്യത്തെ ശക്തനായ ഭരണാധികാരി. പെരുമാൾ തിരുമൊഴി എന്ന തമിഴിലെ വിഖ്യാതകൃതിയുടേയും സംസ്കൃതത്തിലെ മുകുന്ദമാലയുടെയും കർത്താവാണ് കുലശേഖര ആഴ്‌വാർ. CE 800നും 820നും ഇടയിലാണ് അദ്ദേഹത്തിന്റെ ഭരണകാലം. കുലശേഖര ആഴ്‌വാരുടെ കാലത്തായിരുന്നു കേരളത്തിൽ കൂത്തമ്പലങ്ങൾ പണികഴിപ്പിച്ചത്. ക്ഷേത്രശില്പകല, ചുമർചിത്രകല എന്നിവയും വികാസം പ്രാപിച്ചു.

സൗജന്യവും നിർബന്ധിതവുമായ വിദ്യാഭ്യാസത്തിന് തുടക്കം കുറിച്ചത് കുലശേഖര ആഴ്‌വാറായിരുന്നു. ക്ഷേത്രങ്ങളോടുചേർന്നുള്ള വിദ്യാകേന്ദ്രങ്ങൾ അഥവാ പാഠശാലകൾ പ്രഖ്യാതമാണ്. കാന്തളൂർശാല, പാർഥിവപുരംശാല, തിരുവില്ലാശാല, മൂഴിക്കുളംശാല എന്നിവയാണവ. ഗുരുകുല സമ്പ്രദായത്തിലൂന്നിയ പാഠശാലകളിൽ വിദ്യാർത്ഥികൾക്ക് താമസവും ഭക്ഷണവും സൗജന്യമായിരുന്നു. ക്രൈസ്തവർക്കും ജൂതന്മാർക്കും കുലശേഖര ആഴ്‌വാർ പ്രത്യേകാവകാശാധികാരങ്ങൾ അനുവദിച്ചുകൊടുത്തു മാതൃകാ ഭരണാധികാരിയായി മാറി. ഭരണത്തിൽ മരിക്കുവോളം തുടരാതെ CE 820ൽ സിംഹാസനം വെടിഞ്ഞ് സന്യാസിയായി ശ്രീരംഗത്ത് പോയി വിഷ്ണുസാധനയിൽ മുഴുകി. മന്നാർകോവിലിൽ വെച്ച് അന്ത്യശ്വാസം വലിച്ചു.

പ്രധാനപ്പെട്ട പിൽക്കാല ചേരരാജാക്കന്മാർ

1. രാജശേഖരവർമ്മൻ (CE 820 - 844)
2. സ്ഥാണുരവി (CE 844 - 855)
3. രാമവർമ്മ (CE 885 - 917)
4. ഗോദരവിവർമ്മ (CE 917 - 944)
5. ഇന്ദുക്കോതവർമ്മ (CE944 - 962)
6. ഭാസ്കര രവിവർമ്മ ഒന്നാമൻ (CE 962 - 1019)
7. ഭാസ്കര രവിവർമ്മ രണ്ടാമൻ (CE 1019-1021)
8. വീരകേരളൻ (CE 1021 - 1028)
9. രാജസിംഹൻ (CE 1028 -1043)
10. ഭാസ്കരരവി മൂന്നാമൻ (CE 1043 - 1082)
11. രവി രാമവർമ്മ (CE 1082 - 1090)
12. രാമവർമ്മ കുലശേഖരൻ (CE 1090 - 1102)

മധ്യകാലഘട്ടത്തിലെ നാടുവാഴി സ്വരൂപങ്ങൾ

12-ാം നൂറ്റാണ്ടുവരെ കേരളം പെരുമാൾ ഭരണത്തിന്റെ കീഴിലായിരുന്നു. പെരുമാൾ ഭരണത്തിന് ശേഷമുള്ള കാലഘട്ടത്തിൽ നാടുവാഴി സ്വരൂപങ്ങൾ വളർന്നുവന്നു. കേരളത്തിന്റെ ഏറ്റവും വടക്ക് കോലത്തുനാട്, അതിനുതൊട്ട് തെക്ക് സാമൂതിരിമാർ, മധ്യകേരളത്തിൽ കൊച്ചി, തെക്കൻ കേരളം വേണാട് എന്നിങ്ങനെ നാടുവാഴിസ്വരൂപങ്ങൾ ശക്തി പ്രാപിച്ചുവന്നു. മധ്യകാലഘട്ടത്തിലെ പ്രധാന ഭരണരൂപമായിരുന്നു സ്വരൂപങ്ങൾ. ശക്തരായ മരുമക്കത്തായ കുടുംബങ്ങളുടെ നിയന്ത്രണത്തിലുള്ള സ്വയം ഭരണാധികാരപ്രദേശങ്ങളാണ് സ്വരൂപങ്ങൾ. ഓരോ മരുമക്കത്തായ കുടുംബത്തിനും സ്ത്രീകൾ വഴി അഥവാ തായ് (അമ്മ) വഴി വ്യത്യസ്ത വംശപരമ്പരകൾ ഉണ്ടായിരിക്കും. ഇതിനയാണ് താവഴി അഥവാ കൂറ് എന്ന് വിളിക്കുന്നത്. ഈ വംശപരമ്പരയിലെ ഏറ്റവും മുതിർന്ന ആൾ സ്വരൂപത്തിന്റെ തലവൻ അഥവാ മൂപ്പനായിത്തീരുന്നു. ഈ സമ്പ്രദായമാണ് കൂറുവാഴ്ച. മൂപ്പനും വംശപരമ്പരയിലെ മറ്റ് അംഗങ്ങൾക്കുമുള്ള പ്രത്യേക താമസസ്ഥലത്തെ കോവിലകം അഥവാ കൂലകം എന്ന് വിളിച്ചു.

സ്വരൂപം ഒരു കാവൽപ്പടയെ നിലനിർത്തിയിരുന്നു. ആയിരത്തവർ, പതിനായിരത്തവർ, പടമലനായർ എന്നീ പേരുകളിൽ കാവൽപ്പട അറിയപ്പെട്ടു.

തറവാട്ടിലെ മുതിർന്ന അംഗം വിപുലമായ ചടങ്ങുകളോടെ മൂപ്പൻപദവി ഏറ്റെടുത്തിരുന്ന സ്ഥാനാരോഹണച്ചടങ്ങിനെ അരിയിട്ടുവാഴ്ച

അഥവാ ഹിരണ്യഗർഭം എന്നു വിളിച്ചു. സ്വരൂപങ്ങൾക്ക് സ്വന്തമായി ഭൂമിയുള്ളതിനാൽ തങ്ങളുടെ നിയന്ത്രണത്തിലുള്ള പ്രദേശങ്ങളുടെ മേൽ രാഷ്ട്രീയാധിപത്യം സ്ഥാപിക്കാനും കഴിഞ്ഞിരുന്നു.

ചേരമാൻ പെരുമാളിന്റെ പാരമ്പര്യക്കാർ

മഹോദയപുരം അഥവാ കൊടുങ്ങല്ലൂർ ആസ്ഥാനമാക്കി കേരളം ഭരിച്ചിരുന്ന രാജശേഖരവർമ്മനാണ് ചേരമാൻ പെരുമാൾ രാജാവ്. ചെക്കീഴാരുടെ പെരിയപുരാണം എന്ന ഗ്രന്ഥത്തിൽനിന്നാണ് ചേരമാൻ പെരുമാൾ നായനാരെക്കുറിച്ച് വ്യക്തമായ വിവരം ലഭിക്കുന്നത്. ദക്ഷിണേന്ത്യയിലെ ശൈവഭക്തരിൽ പ്രധാനിയായിരുന്നു ഇദ്ദേഹം. AD 870 മുതൽ 884 വരെയായിരുന്നു ഭരണകാലം.

പന്ത്രണ്ടാം നൂറ്റാണ്ടോടെ ചേരഭരണം ശിഥിലമായി. ഭരണപരമായ ഏകത്വം നഷ്ടപ്പെട്ടിരുന്നെങ്കിലും കേരളത്തിന്റെ സ്വാതന്ത്ര്യം നഷ്ടപ്പെട്ടില്ല. ചേരമാൻ പെരുമാളിന്റെ പാരമ്പര്യക്കാരാണ് കേരളത്തിലെ ഓരോ ഭരണാധികാരിയും എന്ന് അഭിമാനപൂർവ്വം പ്രഖ്യാപിച്ചു. വേണാട്ടിലെ രാജാക്കന്മാർ കുലശേഖരപദവി സ്വീകരിച്ചു. കൊച്ചിരാജാവ് പെരുമാളിന്റെ അനന്തരവനാണെന്നു അഭിമാനം കൊണ്ടു. ഏറനാട്ടിലെ ഭരണാധികാരികൾ നെടിയിരുപ്പിൽനിന്ന് കോഴിക്കോട്ടേക്കു മാറി. തളിക്ഷേത്രം കയ്യടക്കിയ ഇവർ സാമൂതിരിമാർ എന്നറിയപ്പെട്ടു. ചുരുക്കത്തിൽ കേരളം മലബാർ, കൊച്ചി, തിരുവിതാംകൂർ (വേണാട്) എന്നീ മൂന്നു ഭരണരാജ്യങ്ങളായി മാറി; നാട്ടുരാജാക്കന്മാർ കേരളം ഭരിച്ചു എന്നർത്ഥം. ചേരമാൻ പെരുമാളിന്റെ പിൻമുറക്കാർ എന്ന പാരമ്പര്യബോധത്തോടെ, അഭിമാനത്തോടെ.

18–ാം നൂറ്റാണ്ടിലെ കേരളം

പതിനെട്ടാം നൂറ്റാണ്ടിൽ തിരുവിതാംകൂർ, കൊച്ചി, മലബാർ - കേരളത്തിലെ രാഷ്ട്രീയമാറ്റങ്ങൾ ദ്രുതഗതിയിലായിരുന്നു. യൂറോപ്യൻമാരുടെ ആഗമനവും പാശ്ചാത്യചിന്തയുടെ സ്വാധീനവും ഭരണമാറ്റങ്ങൾക്ക് വേഗതകൂട്ടി.

തിരുവിതാംകൂറിലെ മാർത്താണ്ഡവർമ്മ

1729–ലാണ് അനിഴം തിരുനാൾ മാർത്താണ്ഡവർമ്മ തിരുവിതാംകൂറിൽ രാഷ്ട്രീയ മാറ്റങ്ങൾക്കു തുടക്കം കുറിച്ചത്. ആധുനിക തിരുവിതാംകൂറിന്റെ സ്ഥാപകനായാണ് മാർത്താണ്ഡവർമ്മയെ കണക്കാക്കുന്നത്. 1750ലെ തൃപ്പടിദാനത്തോടെ പത്മനാഭദാസനായി മാർത്താണ്ഡവർമ്മ രാജ്യത്തിന്റെ പാദസേവകനായി മാറുന്നു. ദൈവത്തിന്റെ സ്വന്തം

നാടായി തിരുവിതാംകൂർ മാറുന്നു.

തിരുവിതാംകൂർ എന്ന പേര് മാർത്താണ്ഡവർമ്മയുടെ ഭരണം അന്വർത്ഥമാക്കി. സമൃദ്ധിയുടെ നാട് എന്നർത്ഥത്തിൽ ശ്രീവാഴുംകോട് എന്നായിരുന്നു ആദ്യം അറിയപ്പെട്ടത്. ശ്രീ എന്നാൽ ഐശ്വര്യം. വാഴും എന്നാൽ വാഴുക. കോട് എന്നാൽ പ്രദേശം. ശ്രീവാഴുംകോട് പിന്നീട് തിരുവാഴുംകോട് ആയി മാറി. ഇംഗ്ലീഷുകാർ ട്രാവൻകൂർ എന്നുവിളിച്ചു. പിന്നീട് തിരുവിതാംകോട് എന്നും തിരുവിതാംകൂർ എന്നും അറിയപ്പെടാൻ തുടങ്ങി.

1729 മുതൽ 1758 വരെ തിരുവിതാംകൂർ ഭരിച്ച ശക്തനായ ഭരണാധികാരി അനിഴം തിരുനാൾ വീരബാല മാർത്താണ്ഡവർമ്മ തന്റെ ഭരണകാലത്ത് രാജ്യം വടക്ക് പെരിയാർവരെ വ്യാപിപ്പിച്ചു.

മാർത്താണ്ഡവർമ്മയുടെ ഭരണപരിഷ്കാരങ്ങളാണ് ആധുനിക കേരളത്തിന്റെ അടിസ്ഥാനശിലയായി മാറിയത്. ഭൂനികുതിരംഗത്തെ പരിഷ്കാരങ്ങൾ മാറ്റത്തിന്റെ കൊടുങ്കാറ്റായി മാറി. ഭൂമി അളന്നു തിട്ടപ്പെടുത്തി. നികുതി നിർണയം നടത്തി. ദേവസ്വം, ബ്രഹ്മസ്വം ഭൂമികൾക്കും നികുതി ബാധകമാക്കി. വലിയൊരു ഭാഗം ഭൂമിയെ പണ്ടാരംവക ഭൂമി അഥവാ രാജ്യത്തിന്റെ ഭൂമിയായി അടയാളപ്പെടുത്തി. ഭൂമിയെ ദേവസ്വം, ബ്രഹ്മസ്വം, ദാനം, പണ്ടാരംവക എന്നിങ്ങനെ നാലായി തരംതിരിച്ചു. കൃത്യമായി നികുതി നിർണയം നടത്തി ഭൂവുടമകൾക്ക് പട്ടയം നൽകുകയും ചെയ്തു.

കുരുമുളക്, ഉപ്പ് തുടങ്ങിയ ഉല്പന്നങ്ങളുടെമേൽ രാജ്യം കുത്തക സ്ഥാപിച്ചു. തിരുവിതാംകൂറിലെ സമ്പദ്‌വ്യവസ്ഥ സുസ്ഥിരമാകാൻ ഇത് കാരണമായി. മാത്രമല്ല ക്ഷേത്രക്കണക്കുകൾ ഓഡിറ്റു ചെയ്യുന്നതിനുള്ള സംവിധാനം ഏർപ്പെടുത്തുകയും കലാപമുണ്ടാക്കിയ എട്ടുവീട്ടിൽപിള്ളമാരെ നിഷ്കരുണം അടിച്ചമർത്തി അവരുടെ സ്വത്തുക്കൾ രാജ്യത്തിലേക്ക് കണ്ടുകെട്ടുകയും ചെയ്തു.

മാർത്താണ്ഡവർമ്മയാണ് ബജറ്റ് സമ്പ്രദായം കൊണ്ടുവന്നത്. അതിനെ പതിവുകണക്ക് എന്ന പേരിലറിയപ്പെ

ട്ടു. സ്ഥിരസൈന്യം രൂപീകരിച്ചു. സൈനികരെ സാധാരണ കർഷകരിൽനിന്നാണ് തിരഞ്ഞെടുത്തത്. കർഷകരായ സൈനികർക്ക് നികുതിയിളവ് സേവനകാലഘട്ടത്തിൽ നൽകിയിരുന്നു. ഈ നികുതിയിളവ് ഇറയിലി എന്നാണറിയപ്പെട്ടത്. വിരമിച്ചതിനുശേഷം പെൻഷൻ നൽകുന്ന സമ്പ്രദായവും ആവിഷ്കരിച്ചത് മാർത്താണ്ഡവർമ്മയാണ്. പെൻഷനെ ഇറയിലി അടുത്തൂൺ എന്ന് വിളിച്ചു.

ആധുനിക കേരളത്തിന്റെ ഭരണപരിഷ്കാരങ്ങളുടെ ഹരിശ്രീ കുറിച്ച മാർത്താണ്ഡവർമ്മയെ മികച്ച ഭരണാധികാരിയായി കേരളം എന്നും വാഴ്ത്തപ്പെടുന്നു.

തിരുവിതാംകൂറിലെ മറ്റു രാജാക്കന്മാർ

1. കാർത്തിക തിരുനാൾ മാർത്താണ്ഡവർമ്മ - ധർമ്മരാജ (1578–1798)
2. അവിട്ടം തിരുനാൾ ബാലരാമവർമ്മ (1978–1810)
3. ആയില്യം തിരുനാൾ റാണി ഗൗരിലക്ഷ്മി ബായി (1810–1815)
4. ഉത്രട്ടാതി തിരുനാൾ ഗൗരി പാർവ്വതിബായി (1815–1829)
5. സ്വാതിതിരുനാൾ രാമവർമ്മ (1829–1847)
6. ഉത്രം തിരുനാൾ മാർത്താണ്ഡവർമ്മ (1847–1860)
7. ആയില്യം തിരുനാൾ രാമവർമ്മ (1860–1880)
8. വിശാഖം തിരുനാൾ രാമവർമ്മ (1880–1885)
9. മൂലം തിരുനാൾ രാമവർമ്മ (1885–1924)
10. പൂരാടം തിരുനാൾ റാണി സേതുലക്ഷ്മിബായി (1924–1931)
11. ചിത്തിര തിരുനാൾ ബാലരാമവർമ്മ (1931–1991)

കൊച്ചിയിലെ ശക്തൻ തമ്പുരാൻ

1970 മുതൽ 1805 വരെ കൊച്ചി ഭരിച്ച രാജാവാണ് ശക്തൻ തമ്പുരാൻ. യഥാർത്ഥനാമം രാജരാമവർമ്മ. സുപ്രസിദ്ധമായ തൃശൂർപൂരം ആരംഭിച്ചത് ശക്തൻ തമ്പുരാന്റെ കാലത്താണ്. കൊച്ചിയുടെ വാണിജ്യപരമായ പുരോഗതിക്ക് ശക്തൻ തമ്പുരാൻ വലിയ സംഭാവനകൾ നൽകി. പ്രധാന കേന്ദ്രങ്ങളിലെല്ലാം ചന്തകൾ സ്ഥാപിച്ചു. ക്ഷേത്രങ്ങൾ നന്നാക്കുന്നതിലും നവീകരിക്കുന്നതിലും ശ്രദ്ധിച്ചു. ധാരാളം ക്ഷേത്രങ്ങൾ സർക്കാർ ഏറ്റെടുത്തു. കൂടൽമാണിക്യക്ഷേത്രവും തിരുവഞ്ചിക്കുളം ക്ഷേത്രവും പുതുക്കിപ്പണിതു. പൊതുജനങ്ങൾക്ക് ഉപകാരമുള്ള റോഡുകൾ, പാലങ്ങൾ, കുളങ്ങൾ, സത്രങ്ങൾ മുതലായവ നിർമ്മിച്ചു. കൊച്ചിയിലെ ഫ്യൂഡൽ കാലഘട്ടത്തിന് അന്ത്യം കുറിച്ച ഭരണാധികാരിയായിരുന്നു ശക്തൻ തമ്പുരാൻ.

രാജ്യത്തെ ഭൂമിയെല്ലാം അളന്ന് തിട്ടപ്പെടുത്തി. ഭൂവുടമകളുമായി വ്യക്തിപരമായ കൂടിയാലോചനകൾ നടത്തിയും വസ്തുതകൾ അന്വേഷിച്ചും ഭൂനികുതി സംബന്ധമായ പ്രാഥമിക രേഖകൾ തയ്യാറാക്കി. ഇതിനെയാണ് കേട്ടെഴുത്ത് എന്ന് വിളിച്ചത്. ഇതിനെ തുടർന്ന് നികുതി നിർണയിക്കാൻ ചുമതലയുള്ള ഉദ്യോഗസ്ഥന്മാർ ഭൂമി പരിശോധിക്കുകയും അളക്കുകയും ചെയ്തുകൊണ്ട് ഭൂനികുതി നിർണയിച്ചു. ഇതിനെ കണ്ടെഴുത്ത് എന്നാണ് വിളിച്ചത്.

സത്യസന്ധതയുടെ ആൾരൂപം എന്നാണ് ശക്തൻ തമ്പുരാനെ വിശേഷിപ്പിക്കുന്നത്.

സാമൂതിരിമാർ

സാമൂതിരി എന്ന പദത്തിന്റെ ഉത്പത്തിയെക്കുറിച്ചുള്ള സ്രോതസ്സുകൾ ഇവയാണ്. സ്വാമി, തിരി എന്നീ രണ്ടുപദങ്ങൾ ചേർന്നാണ് സാമൂതിരിയുണ്ടായതെന്ന് ബാർബോസയുടെ ഗ്രന്ഥത്തിൽ പറയുന്നുണ്ട്. മറ്റു ചില ചരിത്രകാരന്മാർ പറയുന്നത് സമുദ്രാധിപതി ലോപിച്ചാണ് സാമൂതിരിയായതെന്നാണ്. 1422ൽ പേർഷ്യൻ രാജാവിന്റെ ദൂതനായ അബ്ദുൾ റസാഖ് ആണ് സാമൂതിരി എന്ന പദം ആദ്യമായുപയോഗിച്ച വിദേശി.

ഏകദേശം 750 വർഷക്കാലം കേരളത്തിലെ കോഴിക്കോട് ഉൾപ്പെടുന്ന മലബാറിന്റെ തെക്കേ പകുതി ഭരിച്ചിരുന്ന ഭരണാധികാരികളുടെ സ്ഥാനപ്പേരാണ് സാമൂതിരി. ഇവരുടെ വംശം നെടിയിരുപ്പ് സ്വരൂപമാണ്. ഏറാടിമാർ എന്നുകൂടി അറിയപ്പെടുന്ന ഇവർക്ക് ചേരമാൻ പെരുമാളിൽനിന്നും നാടുവാഴിസ്ഥാനം ലഭിച്ചതായി പറയപ്പെടുന്നു. സാമൂതിരി രാജാക്കന്മാരിൽ ഏറ്റവും പ്രഗത്ഭനായ ഭരണാധികാരിയായി കണക്കാക്കുന്നത് മാനവിക്രമൻ സാമൂതിരിയെയാണ്. അദ്ദേഹത്തിന്റെ കാലത്തെ പണ്ഡിതസദസ്സിനെ പതിനെട്ടരക്കവികൾ എന്നറിയപ്പെട്ടു. രേവതി പട്ടത്താനമെന്ന തർക്കശാസ്ത്ര സദസ്സും ആരംഭിച്ചത് മാനവിക്രമൻ സാമൂതിരിയായിരുന്നു. മാനവിക്രമൻ സാമൂതിരിയുടെ കാലത്താണ് പോർച്ചുഗീസ് നാവികനായ വാസ്കോഡഗാമ 1498ൽ കോഴിക്കോട് കാപ്പാടു കടപ്പുറത്തെത്തിയത്. മാമാങ്കത്തിന്റെ നടത്തിപ്പുകാർ സാമൂതിരിരാജാക്കന്മാരായിരുന്നു.

കോലത്തിരികൾ

അത്യുത്തരകേരളത്തിന്റെ പ്രാചീനപേരാണ് കോലത്തുനാട്. മൂഷികനാട് എന്നുമറിയപ്പെട്ടു. തെക്ക് കോരപ്പുഴയ്ക്കും വടക്ക് ചന്ദ്രഗിരിപ്പുഴയ്ക്കും ഇടയിലുള്ള പ്രദേശമാണ് കോലത്തുനാട്. കോലം + തിരി = കോലത്തിരി ആയി. തിരി എന്നത് തിരു എന്ന ബഹുമാനസൂചകത്തിൽ നിന്നുണ്ടായതാണ്. കോലം എന്ന വാക്കിന് തോണി, ചങ്ങാടം എന്നീ അർത്ഥങ്ങളുണ്ട്. കൂടാതെ തെയ്യത്തെ കോലങ്ങൾ എന്നും വിശേഷിപ്പിക്കുന്നുണ്ട്. തോണി രാജവംശചിഹ്നമായിരുന്നു കോലത്തിരികളുടേത്. CE 11-ാം നൂറ്റാണ്ടിൽ കോലത്തിരി രാജാവായ ശ്രീകണ്ഠന്റെ സദസ്യനായ അതുലൻ എഴുതിയ മൂഷികവംശം സംസ്കൃതകാവ്യത്തിൽ രാജ്യത്തിന്റെ തലസ്ഥാനം 'കോലം' ആണെന്നു പറയുന്നു. ഏഴിമലയ്ക്കടുത്തുള്ള കോട്ടിക്കൊല്ലം കോലത്തിരിമാരുടെ ആദ്യകാല തലസ്ഥാനമായിരുന്നു. ഇന്ത്യയുടെ പശ്ചിമതീരത്ത് താമസിച്ചിരുന്ന കോലിയർ വർഗത്തിലെ നാടുവാഴിയായിരുന്നു നന്നൻ. നന്നന്റെ പിൻഗാമികളാണ് കോലത്തിരികൾ എന്നു വിശ്വസിക്കപ്പെടുന്നു. കോലത്തിരികളുമായി വർഗബന്ധമുള്ളവരാണത്രേ വേണാട്ട് രാജാക്കന്മാർ. വേണാട്ടുരാജാക്കന്മാരെ തെക്കൻ കോലത്തിരികൾ എന്നും വിശേഷിപ്പിക്കാറുണ്ട്.

പ്രധാനപ്പെട്ട രാജാക്കന്മാർ

1. ശ്രീകണ്ഠൻ (11-ാം നൂറ്റാണ്ട്)
2. ഇരാമൻ ഇരവിവർമ്മ (12-ാം നൂറ്റാണ്ട്)
3. കേരളവർമ്മൻ (15-ാം നൂറ്റാണ്ട്)
4. ഉദയവർമ്മൻ (15-ാം നൂറ്റാണ്ട്)
5. രവിവർമ്മൻ (16-ാം നൂറ്റാണ്ട്)

ആധുനിക കാലത്ത് കോലത്തിരി രാജവംശം പള്ളിക്കോവിലകം, ഉദയമംഗലം കോവിലകം എന്നിങ്ങനെ രണ്ടായി പിരിഞ്ഞു. 18-ാം നൂറ്റാണ്ടിൽ പള്ളിക്കോവിലകം എട്ടു താവഴികളായി പിരിഞ്ഞു. ഉദയമംഗലം കോവിലകം മൂന്നു താവഴികളുമായി. വിദേശികളുടെ വരവോടെ രാജവംശങ്ങൾ അടുത്തൂൺപറ്റി ഭരണരഹിതരായി മാറി.

സ്വാതന്ത്ര്യം മുതൽ കേരളപ്പിറവി വരെ

ഐക്യകേരള ആരംഭം:

ദേശീയപ്രസ്ഥാനത്തിന്റെ ഭാഗവുമായി ബന്ധപ്പെട്ടുള്ള ഐക്യകേരള സമ്മേളനം 1947ൽ തൃശൂരിൽ വച്ച് നടത്തപ്പെട്ടു. അന്ന് ആ സമ്മേളനം ഉദ്ഘാടനം ചെയ്തത് കൊച്ചിരാജാവായിരുന്ന രാമവർമ പരീക്ഷിത്ത് തമ്പുരാൻ ആയിരുന്നു.

അന്ന് രാമവർമ്മ പരീക്ഷിത്ത് തമ്പുരാൻ ഉദ്ഘാടന പ്രസംഗവേളയിൽ തന്നെ തന്റെ സ്വപ്നമായ മലയാളം സംസാരിക്കുന്ന ആളുകളുടെ ഒരു ഏകീകരണത്തെ കുറിച്ച് പറഞ്ഞിരുന്നു.

അതോടുകൂടിയാണ് ഐക്യകേരളം എന്ന ഒരു ആശയം മലയാളം സംസാരിക്കുന്ന ആളുകൾക്കിടയിൽ വലിയ രീതിയിൽ പ്രസക്തി നേടുന്നത്.

"ഭാരതമെന്നു കേട്ടാലഭിമാനപൂരിതമാകണമന്തരംഗം

കേരളമെന്നു കേട്ടാലോ തിളയ്ക്കണം ചോര നമുക്കു ഞരമ്പുകളിൽ."

ഐക്യകേരളം എന്ന ആശയത്തെക്കുറിച്ച് വള്ളത്തോൾ എഴുതിയ ഈ വരികൾ മലയാളിക്ക് ഒരു കാലത്തും മറക്കാനാവുന്നതല്ല.

കേരള സംസ്ഥാനം രൂപീകൃതമായത്, 1956 നവംബർ ഒന്നാം തീയതി. ഭാഷാടിസ്ഥാനത്തിൽ സംസ്ഥാന രൂപീകരണത്തിന് മുതിർന്നപ്പോൾ തന്നെ പലപല വെല്ലുവിളികളും നാം നേരിട്ടിരുന്നു. അന്നു മുതലേ ആരംഭിച്ചിരുന്നു കേരളത്തിന്റെ രാഷ്ട്രീയവും.

ഐക്യകേരളം നിർമ്മിതി

ഐക്യകേരളം എങ്ങനെ ആവണം എന്നത് പലരും പലരീതിയിൽ 1947ൽ സ്വാതന്ത്ര്യം ലഭിച്ചതുമുതൽ കേരള സംസ്ഥാനം രൂപംകൊള്ളുന്ന സമയംവരെയും ചർച്ചചെയ്യപ്പെട്ടിരുന്നു.

കേരള ജനത അന്ന് തന്നെ തങ്ങളുടേതായ രാഷ്ട്രീയം തുടങ്ങിയി

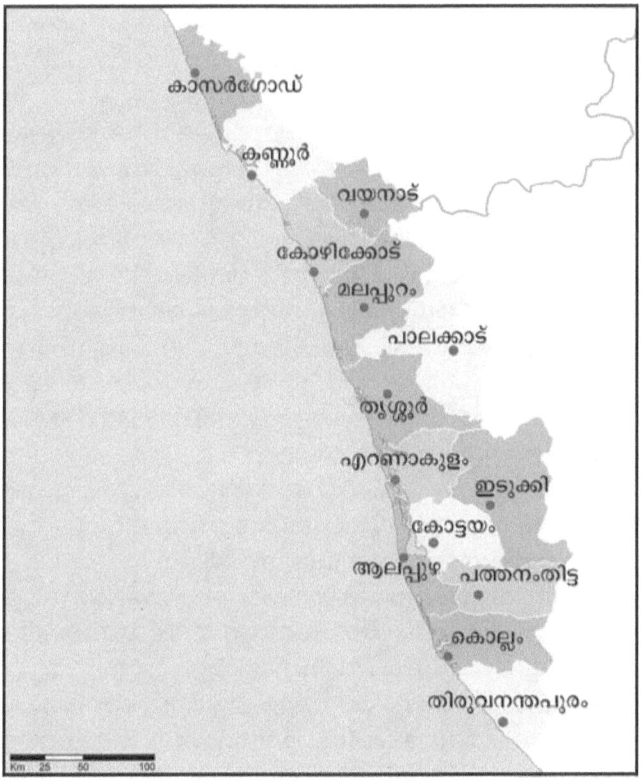

രുന്നു എന്ന് ചുരുക്കം.

ഫസൽ അലി കമ്മീഷൻ കേരളത്തിന്റെ ഭൂപടം നിർമ്മിക്കുന്നതോടുകൂടിയാണ് 1956 നവംബർ ഒന്നാം തീയതി ഇന്ത്യൻ സംസ്ഥാനങ്ങളിൽ ഒന്നായി കേരളം മാറിയത്.

ഇങ്ങനെ രൂപീകൃതമായ കേരളത്തിലെ അക്കാലത്തെ ആദ്യ തിരഞ്ഞെടുപ്പ് എന്ന ജനാധിപത്യ ഉത്സവത്തോട് കൂടിതന്നെയാണ് കേരളത്തിന്റെ രാഷ്ട്രീയ ചരിത്രവും ആരംഭിക്കുന്നത്.

തിരഞ്ഞെടുപ്പ് രാഷ്ട്രീയം

ഐക്യകേരളം എങ്ങനെ ആയിരിക്കണം എന്നതിനെ സംബന്ധിച്ചു കോൺഗ്രസിന് അവരുടേതായ കാഴ്ചപ്പാടും ഉണ്ടായിരുന്നു.

തെക്കൻ തിരുവിതാംകൂറിൽ ശക്തമായ സ്വാധീനമുള്ള പ്രസ്ഥാനമായിരുന്നു കോൺഗ്രസ്. ദേശമണിനാടാരുടെ നേതൃത്വത്തിൽ തിരുവി

താംകൂർ-തമിഴ്നാട് കോൺഗ്രസ് തിരുവിതാംകൂറിലെ താലൂക്കുകളെ തമിഴ്നാടിനോട് കൂട്ടിച്ചേർക്കണം എന്ന ആവശ്യക്കാരായിരുന്നു.

അതുകൊണ്ടുതന്നെ തങ്ങൾക്ക് സ്വാധീനമുള്ള തെക്കൻകേരളം ഐക്യകേരളത്തിൽനിന്ന് നഷ്ടപ്പെട്ടുപോകുന്നത് കേരളത്തിലെ കോൺഗ്രസും ഒട്ടും ഇഷ്ടപ്പെട്ടിരുന്നില്ല എന്നതും ഒരു വസ്തുതയാണ്.

അന്നത്തെ കേരളത്തിലെ കമ്യൂണിസ്റ്റ് രാഷ്ട്രീയ നേതൃത്വം തങ്ങൾക്ക് വലിയ സ്വാധീനമില്ലാത്ത തെക്കൻ തിരുവിതാംകൂർ മേഖല-കന്യാകുമാരി നാഗർകോവിൽ ഭാഗങ്ങൾ തമിഴ്നാടിന് വിട്ടുകൊടുത്തു കൊണ്ട് തങ്ങൾക്ക് സ്വാധീനമുള്ള തങ്ങളുടെ തൊഴിലാളി പ്രസ്ഥാന ങ്ങൾക്ക് വേരുള്ള പീരുമേടും ദേവികുളവും വേണം എന്ന് ആവശ്യവു മായി മുന്നോട്ട് വന്നു.

അതായത് നാഗർകോവിൽ, കന്യാകുമാരി ഭാഗങ്ങൾ തമിഴ്നാടിന് കൊടുക്കാം എന്നുള്ള ധാരണയിൽ.

ഇത്തരത്തിലുള്ള ഒരു രാഷ്ട്രീയ അന്തരീക്ഷത്തിൽ എല്ലാവരുടേയും വാദങ്ങൾ നല്ലപോലെ കേട്ടശേഷം തന്നെയാണ് ഫസൽ അലി കമ്മീ ഷൻ കേരളത്തിന്റെ ഇന്നത്തെ ഭൂപടം നിർമ്മിച്ചത്.

തെക്കൻ തിരുവിതാംകൂറിന്റെ ഭാഗമായ തോവാള, കൽക്കുളം, അഗ സ്തീശ്വരം, വിളവൻകോട് എന്നീ സ്ഥലങ്ങൾ പൂർണ്ണമായും ചെങ്കോട്ട താലൂക്കിന്റെ ചില ഭാഗങ്ങളും തമിഴ്നാടിന് കൊടുക്കുകയും ബാക്കി തിരുവിതാംകൂറും കൊച്ചിയും മലബാറും തമിഴ്നാട്ടിന്റെ ഭാഗമായ ദേവി കുളവും ദക്ഷിണ കർണാടകയിലെ കാസർഗോഡും കേരളത്തിനോട് ചേർത്തുവെച്ചു.

അങ്ങനെയാണ് കേരളം ഇന്നീ കാണുന്ന ആകൃതി കൈവരിച്ചത്.

പരശുരാമന്റെ കഥയിലെ കന്യാകുമാരിയും ഗോകർണ്ണവും നമ്മുടെ കേരളത്തിൽ ഇന്നു കാണാൻ പറ്റില്ല. കാരണം, ഗോകർണ്ണം കർണാ ടകത്തിന്റെയും കന്യാകുമാരി തമിഴ്നാടിന്റെയും ഭാഗമായി മാറി.

കേരള ചരിത്രത്തിലെ ആദ്യ തിരഞ്ഞെടുപ്പ്
നിറയെ ചുവന്ന പൂക്കൾ; കമ്മ്യൂണിസ്റ്റ് വിപ്ലവം

ആദ്യപോരാട്ടം

കേരളത്തിലെ രാഷ്ട്രീയപോരാട്ട ചരിത്രം തുടങ്ങുന്നത് 1956 നവംബറിൽ കേരളം രൂപീകരിച്ച് അഞ്ച് മാസങ്ങൾ കഴിഞ്ഞു നടക്കുന്ന ആദ്യ അസംബ്ലി ഇലക്ഷനിൽ ആണ്. ഇന്നത്തെപ്പോലെ 140 മണ്ഡലങ്ങൾ ഒന്നുമില്ല അക്കാലത്ത് കേരളത്തിൽ. ആകെയുള്ളത് 126 മണ്ഡലങ്ങൾ. അതിൽതന്നെ ദ്വയാംഗ മണ്ഡലങ്ങളും. (12 എണ്ണത്തിൽ 2 പേർ മത്സരിക്കുന്നു 114+12=126)

യാതൊരുവിധ മുന്നണി നീക്കങ്ങളും ഇല്ലാതെ അന്നത്തെ പ്രമുഖ പാർട്ടികളെല്ലാം ഒറ്റക്ക് മത്സരിച്ച ഒരു തെരഞ്ഞെടുപ്പായിരുന്നു. ലീഗും പി.എസ്.പി.യും മാത്രമായിരുന്നു സഖ്യത്തിൽ മത്സരിച്ച പാർട്ടികൾ. ബാക്കിയുള്ള പാർട്ടികൾ എല്ലാം സ്വന്തം ശക്തി തെളിയിക്കാൻ ഒറ്റയ്ക്ക് മത്സരിച്ചു. ഈ മത്സരത്തിൽ നുകംവെച്ച കാളയുമായി കോൺഗ്രസും, അരിവാൾ നെൽക്കതിർ അടയാളത്തിൽ കമ്മ്യൂണിസ്റ്റ് പാർട്ടിയും, വീട് അടയാളമാക്കി പി.എസ്.പി.യും മത്സരിച്ചു. ജാതിമത സാമുദായിക രാഷ്ട്രീയങ്ങൾക്ക് ഏറെ പ്രാധാന്യമുള്ള ഒരു ഇലക്ഷൻ ആയിരുന്നു അത്.

കമ്മ്യൂണിസ്റ്റ് പാർട്ടി സെക്രട്ടറിയായി തെരഞ്ഞെടുപ്പിനെ നേരിട്ടത് എം.എൻ. ഗോവിന്ദൻനായർ ആയിരുന്നു. പാർട്ടി സെക്രട്ടറി എം.എൻ. ഗോവിന്ദൻ നായരുടെ ബുദ്ധിപരമായ നീക്കത്തിൽ നിയോജകമണ്ഡലങ്ങളിലെ ആളുകളുടെ കണക്കെടുത്തു സാമുദായിക സമവാക്യം മുന്നിൽ കണ്ട് കമ്മ്യൂണിസ്റ്റ് പാർട്ടി സ്ഥാനാർത്ഥികളെ മുൻകൂട്ടി വളരെ കൃത്യമായി നിശ്ചയിച്ചു.

അക്കാലത്തു ക്രൈസ്തവ ഭൂരിപക്ഷ മേഖലയിൽ കമ്മ്യൂണിസ്റ്റ് വിരുദ്ധത അലയടിച്ചിരുന്നു. ഈ ഇലക്ഷൻ സമയത്ത് മന്നത്ത് പത്മനാഭൻ

പരോക്ഷമായി കമ്മ്യൂണിസ്റ്റ് പ്രസ്ഥാനങ്ങൾക്ക് പിന്തുണ നൽകിയതായി പറയപ്പെടുന്നു. കെ.പി.എ.സി.യും കർഷകത്തൊഴിലാളികളും കലാകാരന്മാരും തുടങ്ങി നിരവധി പ്രമുഖർ കമ്മ്യൂണിസ്റ്റ് പാർട്ടിക്ക് വേണ്ടി തെരഞ്ഞെടുപ്പ് പ്രചാരണത്തിൽ അഹോരാത്രം പണിയെടുത്തിരുന്നു.

അങ്ങനെ കേരള ചരിത്രത്തിലെ സംഭവബഹുലമായ ആദ്യത്തെ ഇലക്ഷൻ നടന്നു. 1957 മാർച്ച് 3 വോട്ടെണ്ണൽ ആരംഭിച്ചു. 16 ദിവസം നീണ്ടുനിന്ന വോട്ടെണ്ണൽ. മാർച്ച് 18ന് ഫലം പ്രഖ്യാപിച്ചു. ആകെയുണ്ടായിരുന്ന 126 മണ്ഡലങ്ങൾ. അതിൽ 60ഉം സ്വന്തമാക്കി കമ്മ്യൂണിസ്റ്റ് പാർട്ടി ഏറ്റവും വലിയ ഒറ്റക്കക്ഷിയായി. കൂടെ അഞ്ച് സ്വതന്ത്രരും കൂടി ആയപ്പോൾ കമ്മ്യൂണിസ്റ്റ് പാർട്ടിയുടെ ആകെ നിയമസഭാസീറ്റ് 65.

ഇലക്ഷനിൽ മത്സരിച്ച പാർട്ടികൾക്ക് കിട്ടിയ സീറ്റുകൾ:

കമ്മ്യൂണിസ്റ്റ് പാർട്ടി - 60

കോൺഗ്രസ് - 43

പി.എസ്.പി. - 09
മുസ്ലീംലീഗ് - 08
സ്വതന്ത്രർ - 05

ആകെ പോൾ ചെയ്ത 51 ലക്ഷം വോട്ടിൽ 20 ലക്ഷം വോട്ട് നേടി കോൺഗ്രസ്. 19 ലക്ഷം വോട്ട് നേടി കമ്യൂണിസ്റ്റ് പാർട്ടിയും. കോൺഗ്രസ് 38% വോട്ട് നേടുകയും കമ്മ്യൂണിസ്റ്റ് പാർട്ടി 35% വോട്ട് നേടുകയും ചെയ്തു. അങ്ങനെ ലോകചരിത്രത്തിൽ തന്നെ ആദ്യമായി ഏഷ്യയിലെ തെരഞ്ഞെടുക്കപ്പെട്ട ഒരു കമ്മ്യൂണിസ്റ്റ് മന്ത്രിസഭ കേരളത്തിൽ അധികാരത്തിൽ വന്നു.

കമ്മ്യൂണിസ്റ്റ് പാർട്ടിയുടെ ഈ നേട്ടം ലോകശ്രദ്ധ നേടിയിരുന്നു. കേരളം കൂടാതെ ഇറ്റലിക്ക് അടുത്തുള്ള ഒരു കൊച്ചു ദ്വീപിൽ മാത്രമാണ് ഇതിനുമുമ്പ് തിരഞ്ഞെടുപ്പ് ജനാധിപത്യത്തിലൂടെ കമ്മ്യൂണിസ്റ്റ് സർക്കാർ ഭരണത്തിൽ വന്നത്.

ആരാവണം മുഖ്യമന്ത്രി

സ്വതന്ത്ര്യസമരം, പുന്നപ്രവയലാർ, മലബാറിലെ കർഷകസമരങ്ങൾ എന്നിവ കമ്മ്യൂണിസ്റ്റ് പാർട്ടിക്ക് തിരഞ്ഞെടുപ്പിൽ വളരെ ഗുണം ചെയ്തതായി പല നേതാക്കളും പിന്നീട് പറഞ്ഞിട്ടുണ്ട്.

'മുഖ്യമന്ത്രി' ആരാവണം എന്നുള്ള വലിയ ചർച്ചകൾ നടന്നു. മുഖ്യമന്ത്രി പദത്തിലേക്ക് ആ സമയത്തു പ്രധാനമായും ഉയർന്നുകേട്ട പേരുകൾ ഇവരുടേതൊക്കെയായിരുന്നു. ടി.വി. തോമസ്, ഇ.എം.എസ്, സി. അച്യുതമേനോൻ. ടി.വി. തോമസിനുവേണ്ടി ശക്തമായി വാദിച്ചുകൊണ്ട് തിരുവിതാംകൂർ മേഖലയിൽ നിന്നുള്ള പാർട്ടി സഖാക്കൾ രംഗത്തുവന്നിരുന്നു.

അക്കാലത്ത് പാർട്ടി സെക്രട്ടറിയായിരുന്ന എം.എൻ. ഗോവിന്ദൻ നായർ തിരുവിതാംകൂറിൽ നിന്നുള്ള ആളായിരുന്നു. ഇന്നത്തെ പത്തനംതിട്ട ജില്ലയിലെ പന്തളത്ത്കാരനായിരുന്നു അദ്ദേഹം. തെക്ക്നിന്ന് ഇനി ഒരു മുഖ്യമന്ത്രി കൂടെ ഉണ്ടാവുന്നത് ശരിയല്ല എന്നുള്ള ഒരു ധാരണയിൽ അവസാനം ദേശീയ നേതാവായിരുന്ന ഇ.എം.എസിനെ മുഖ്യമന്ത്രിയായി തെരഞ്ഞെടുത്തു. ഇ.എം.എസ്. മുഖ്യമന്ത്രിയായി.

അതിനുപിന്നാലെ മന്ത്രിസഭ രൂപീകരണവുമായി ഒരു ചെറിയ തർക്കം ഉടലെടുത്തു. ടി.വി. തോമസിനെ മന്ത്രിസഭയിൽ ഉൾപ്പെടുത്തുന്നതിനെ സംബന്ധിച്ച് ആയിരുന്നു തർക്കം. വിവാഹവാഗ്ദാനം നൽകി കെ.ആർ. ഗൗരിയെ വഞ്ചിച്ചു എന്നതാണ് ടി.വി. തോമസിനെ മന്ത്രി ആക്കാതിരിക്കാൻ വാദിച്ചവർ ആരോപിച്ച കാരണം. കോലാഹല

ങ്ങൾക്കൊടുവിൽ ഗൗരിയെ വിവാഹം കഴിക്കാം എന്ന ഉറപ്പിന്മേൽ ടി. വി. തോമസ് മന്ത്രിയാകുന്നു. ആദ്യത്തെ ഇ.എം.എസ്. മന്ത്രിസഭ അധികാരത്തിൽ വരുന്നു. കേരളത്തിലെ മന്ത്രിസഭകളിൽ തന്നെ മികച്ച മന്ത്രിസഭ ആയിരുന്നു അത്. കഴിവ് തെളിയിച്ചവർ, അദ്ധ്യാപകർ, ഡോക്ടർമാർ, നിയമവിദഗ്ധർ ഒട്ടേറെ പ്രമുഖവ്യക്തികൾ മന്ത്രിസഭയുടെ പ്രത്യേകതയായിരുന്നു.

ടി. വി. തോമസ് വാക്കുപാലിച്ചു. കെ.ആർ. ഗൗരിയമ്മയെ കല്യാണം കഴിച്ചു. നമ്മള് കൊയ്യും വയലെല്ലാം നമ്മുടേതാകും പൈങ്കിളിയെ എന്ന മുദ്രാവാക്യവുമായി വന്ന സർക്കാർ വിപ്ലവകരമായ മാറ്റങ്ങൾ കേരളത്തിൽ കൊണ്ടുവന്നു.

ഒന്നാം കമ്മ്യൂണിസ്റ്റ് സർക്കാറിന്റെ തീരുമാനങ്ങൾ

- മന്ത്രിമാരുടെ ശമ്പളം 700ൽ നിന്ന് 200 ആയി വെട്ടിക്കുറച്ചു.
- മെയ്ദിനം ശമ്പളത്തോടുകൂടിയുള്ള അവധി ആക്കി പ്രഖ്യാപിച്ചു.
- വധശിക്ഷകൾ ഇളവ് ചെയ്തു
- രാഷ്ട്രീയ തടവുകാരെ മോചിപ്പിച്ചു
- കുടിയൊഴിപ്പിക്കൽ നിരോധന നിയമം
- ഭൂപരിഷ്കരണബിൽ
- വിദ്യാഭ്യാസ ബിൽ

സർക്കാർ നേരിട്ട പ്രശ്നം കേരളത്തിൽ അരിയുടെ ക്ഷാമം ആയിരുന്നു. ആന്ധ്രയിൽനിന്ന് അരി ഇറക്കുമതി ചെയ്യേണ്ടി വന്നിരുന്നു. ഇതോ

ടുകൂടി തന്നെ കേരളത്തിലെ ആദ്യത്തെ അഴിമതി ആരോപണവും വന്നു. പ്രതിപക്ഷനേതാവായ പി.ടി. ചാക്കോ, സർക്കാരിന് എതിരെ ശക്തമായി ആരോപണങ്ങളുമായി രംഗത്തുവന്നു. സംഘർഷഭരിതമായ ഒരു കാലഘട്ടത്തിന്റെ തുടക്കം കൂടെ ആയിരുന്നു അത്.

വിദ്യാഭ്യാസ ബിൽ

1957 ജൂലൈ 13ന് പ്രൊഫ. തോമസ് മുണ്ടശ്ശേരി വിദ്യാഭ്യാസ ബിൽ അവതരിപ്പിച്ചു.

- പ്രാഥമിക വിദ്യാഭ്യാസം നിർബന്ധിതവും സൗജന്യവും ആക്കണം എന്നതായിരന്നു ഒന്നാമത്തെ ആശയം.
- സ്വകാര്യ സ്കൂൾ അധ്യാപകരുടെ നിയമനം പി.എസ്.സി. വഴി ആക്കണം എന്നതായിരുന്നു മറ്റൊരു ആശയം

വിദ്യാഭ്യാസ ബിൽ മാനേജ്മെന്റുകളെ, ക്രൈസ്തവസഭയെ പ്രത്യേകിച്ച് കത്തോലിക്കരെ പ്രകോപിതരാക്കി. പ്രമുഖ കോളേജുകളും വിദ്യാഭ്യാസസ്ഥാപനങ്ങളും ധാരാളമുള്ള ഇവർ വിദ്യാഭ്യാസ ബില്ലിനെതിരെ ശബ്ദമുയർത്തി. സ്ത്രീധന നിരോധന ബിൽ, പാഠപുസ്തകങ്ങളിൽ കമ്മ്യൂണിസം കുത്തിക്കയറ്റുന്നു ഇത്തരത്തിലുള്ള പല സർക്കാർ നയങ്ങളും സഭയെ സർക്കാരിനെ എതിർക്കാൻ കാരണമായി. അതോടൊപ്പം തന്നെ കേരള സർവകലാശാല ബിൽ കൂടെ വന്നതോടെ പരസ്യമായ എതിർപ്പുമായി മെത്രാന്മാർ സർക്കാരിനു എതിരെ രംഗത്തുവന്നു.

ഭൂപരിഷ്കരണബിൽ

1957 ഡിസംബർ 21ന് കൃഷിഭൂമി കർഷകന് എന്ന പേരിൽ ഭൂപരിഷ്കരണ ബിൽ അവതരിപ്പിച്ചു. 'തമ്പ്രാൻ എന്ന് വിളിക്കൂല, പാളയിൽ കഞ്ഞി കുടിക്കൂല' എന്ന് ഉറക്കെ കേരളത്തിന്റെ തെരുവിൽ മുദ്രാവാക്യം വിളിക്കാൻ കർഷകന് ഊർജ്ജം നൽകി കമ്മ്യൂണിസ്റ്റ് സർക്കാർ. ഭൂപരിഷ്കരണ ബില്ല് വന്നതോടുകൂടി നായർ സമുദായം സർക്കാറിന് എതിരായി. കൃത്യമായി പറഞ്ഞാൽ മന്നത്തു പത്മനാഭൻ സർക്കാരിന് എതിരായി. അദ്ദേഹം ആഞ്ഞടിച്ചു. ആദ്യം തന്നെ കേരളത്തിലെ ദേവസ്വം ബോർഡ് നിയമനങ്ങൾ, പിന്നീട് പാലക്കാട് എഞ്ചിനിയറിംഗ് കോളേജിന് അനുമതി നിഷേധിച്ചതും തുടങ്ങിയ കാര്യങ്ങൾ മറ്റുമായി മന്നത്തിനു സർക്കാരിൽനിന്ന് മുൻപ് തന്നെ തിരിച്ചടികൾ ഏറ്റിരുന്നു. ഭൂപരിഷ്കരണ ബില്ലും കൂടെ ആയപ്പോൾ മന്നത്ത് പത്മനാഭൻ സർക്കാരിനെ മുട്ടുകുത്തിക്കാൻ രംഗത്തു വന്നു. പ്രതിപക്ഷത്തിന് പ്രത്യക്ഷമായി പിന്തുണ നൽകിയതായി പറയപ്പെടുന്നു.

മന്നത്ത് പത്മനാഭന്റെ കമ്മ്യൂണിസ്റ്റ് വിരുദ്ധ നിലപാടുകൾ ചരിത്രത്തിൽ രേഖപ്പെടുത്തിയിട്ടുണ്ട്.

- കേരളത്തിലെ നായർ സ്ത്രീകളോട് കമ്മ്യൂണിസ്റ്റ് ഭർത്താക്കന്മാരെ ഉപേക്ഷിക്കണമെന്നും
- വിഷം കഴിച്ച് മരിക്കുന്നവരോടുള്ള സഹതാപമേ മന്നത്തിനു കമ്മ്യൂണിസ്റ്റുകാരോട് ഉള്ളു എന്നും.
- ജനിച്ച ചോമനും നശിച്ച നായരും പിഴച്ച മുസ്ലീമും ആണ് കമ്മ്യൂണിസ്റ്റ് ആവുന്നത്.

പ്രക്ഷോഭങ്ങൾ

കെ.പി.സി.സി. പ്രസിഡണ്ട് ആർ ശങ്കറും പ്രതിപക്ഷനേതാവ് പി.ടി. ചാക്കോയും ചേർന്ന് രാഷ്ട്രീയനീക്കങ്ങൾ നടത്തി. പി.ടി. ചാക്കോയുടെ നേതൃത്വത്തിൽ തന്ത്രപരമായ കാര്യങ്ങൾ ആവിഷ്കരിച്ചിരുന്നു. സാമുദായിക മത സമ്പന്ന മധ്യവർഗ്ഗങ്ങളെ സർക്കാരിന് എതിരായ സമരമുഖത്ത് ഒരു കുടക്കീഴിൽ അവർ അവതരിപ്പിച്ചു. ഈ ഒരു കൂട്ടായ്മ ഒരുക്കുന്നതിൽ അവർ വിജയിക്കുകയും ചെയ്തു. ബില്ലുകൾക്ക് എതിരായി അവർ കേരളത്തിൽ പ്രക്ഷോഭങ്ങൾ തുടങ്ങി. കേരളത്തിൽ അങ്ങോളമിങ്ങോളം ക്രമസമാധാന പ്രശ്നങ്ങൾ ഉണ്ടായി. വരന്തരപ്പള്ളി, ചന്ദനത്തോപ്പ്, മൂന്നാർ എന്നിവിടങ്ങളിൽ പോലീസ് വെടിവെപ്പുണ്ടായി. ഇ.എം.എസ്. മന്ത്രിസഭയിലെ ആഭ്യന്തരമന്ത്രിയുടെകൂടി ചുമതലയുണ്ടായിരുന്ന ഇ.എം.എസ്. നമ്പൂതിരിപ്പാടിന് ആഭ്യന്തരവകുപ്പ് ആദ്യം ജസ്റ്റിസ് വി.ആർ. കൃഷ്ണയ്യർക്കും പിന്നീട് അച്യുതമേനോനും കൈ മാറേണ്ട അവസ്ഥ വരെ വന്നു.

1959 ജൂൺ 12 കേരളത്തിൽ ഒരു ഹർത്താൽ നടന്നു. ഇതോടുകൂടെ കേരളം പിന്നീട് വിമോചനസമരം എന്നു വിളിച്ച ഒരുകൂട്ടം വലിയ പ്രതിഷേധ സമരങ്ങൾ കത്തിക്കയറുകയാണ് കേരളത്തിന്റെ മണ്ണിൽ. 1959 ജൂൺ 13ന് പോലീസ് സ്റ്റേഷൻ ആക്രമിച്ച സമരക്കാർക്കെതിരെ അങ്കമാലിയിൽ വച്ച് വെടിവെപ്പുണ്ടായി. അതിൽ ഏഴ് പേർ കൊല്ലപ്പെട്ടു. ആ വെടിവെപ്പിൽ കൊല്ലപ്പെട്ടവരുടെ കല്ലറയിൽ നിന്നു ഒരു ദീപശിഖ മാർച്ച് പുറപ്പെട്ടു. ആ മാർച്ച് പോകുംവഴി പൊതുജനങ്ങളിൽ നിന്നും ഒപ്പ് ശേഖരിച്ചു. സമരക്കാർ അത് സർക്കാരിന് എതിരെ ജനവികാരമായി മാറ്റി. അവർ ഗവർണ്ണർക്ക് പരാതി നൽകി.

വിമോചന സമരം

1959 ജൂൺ 12ന് വിമോചന സമരത്തിന് തുടക്കമായി. ഫാദർ ജോസഫ് വടക്കന്റെ നേതൃത്വത്തിൽ ക്രൈസ്തവ സഭാ നേതൃത്വവും പ്രതിപ

ക്ഷവും ചേർന്ന് സമരം ആളിക്കത്തിച്ചു. 1959 ജൂലൈ 3-ാം തീയതി ചെറിയ തുറയിൽ വെടിവെപ്പുണ്ടായി. ഗർഭിണിയായ ഫ്ളോറി എന്ന സ്ത്രീയും രണ്ടുപേരും കൊല്ലപ്പെട്ടു. ആ മരണം സർക്കാരിനെ വേട്ടയാടി.

ഫ്ളോറിയുടെ ശവമടക്കിന് ഏഴാം ദിവസം അവിടെ കൂടിയ ഒരു അനുശോചന യോഗത്തിൽ അഞ്ചു വയസ്സുള്ള റീത്ത എന്ന പെൺകുട്ടി സ്റ്റേജിൽ കയറി ഒരു പാട്ടുപാടി. ആ പാട്ടും പാട്ടിലെ വരികളും പിന്നീട് കേരള രാഷ്ട്രീയം തന്നെ മാറ്റിമറിക്കുന്ന വരികളായി മാറി. ആ വരികൾ ഇങ്ങനെയായിരുന്നു.

> 'തെക്ക് തെക്കൊരു ദേശത്ത് തിരമാലകളുടെ തീരത്ത്
> ഭർത്താവില്ല നേരത്ത് ഫ്ളോറി എന്നൊരു ഗർഭിണിയെ
> വെടിവെച്ചിട്ടു സർക്കാരേ ഞങ്ങടെ ചങ്കിലെ ചോരക്ക്
> നിങ്ങടെ കൊടിയുടെ നിറമാണെങ്കിൽ
> ആ ചോരയാണ് കട്ടായം, പകരം ഞങ്ങൾ ചോദിക്കും."

ആ പാട്ടുപാടിയ പെൺകുട്ടിക്ക്പോലും അറിയില്ലായിരുന്നു ഇത് കേരള രാഷ്ട്രീയ ചരിത്രത്തിന്റെ തന്നെ ഭാഗമാവുമെന്ന്.

'കേരളത്തിൽ ക്രമസമാധാനം തകർന്നു, കേരളത്തിൽ ഭരണ സ്തംഭനം' എന്ന് പറഞ്ഞ് പ്രധാനമന്ത്രി നെഹ്റുവിന് കേരളത്തിൽനിന്നുള്ള നിവേദനങ്ങൾ കുമിഞ്ഞുകൂടി. കേരളത്തിലെ സ്ഥിതിഗതികൾ മനസ്സിലാക്കാൻ പ്രധാനമന്ത്രി നെഹ്റു കേരളത്തിൽ വന്നു. ഇ.എം. എസുമായി കൂടിക്കാഴ്ച നടത്തിയ നെഹ്റു മൂന്ന് നിർദേശങ്ങൾ സർക്കാരിന് മുന്നിലേക്ക് വെച്ചു.

- സ്വകാര്യസ്ഥാപനത്തിലെ അദ്ധ്യാപകരുടെ നിമയനം പി.എസ്. സിക്ക് വിടരുത്.
- പോലീസ് വെടിവെപ്പുകളെ കുറിച്ച് അന്വേഷിക്കണം
- സർക്കാരിന് എതിരെയുള്ള കുറ്റങ്ങൾ അന്വേഷിക്കണം

അക്കാലത്തെ മാധ്യമസ്ഥാപനങ്ങൾ അവരുടെ മുതലാളിമാരുടെ താല്പര്യങ്ങൾക്കനുസരിച്ച് സർക്കാരിന് എതിരായി നിരന്തരം വാർത്തകൾ സൃഷ്ടിച്ചു. കേന്ദ്രസർക്കാർ സമ്മർദ്ദവും വിമോചനസമരവും കോൺഗ്രസിന്റെയും മറ്റു പ്രതിപക്ഷപാർട്ടികളുടെയും മാധ്യമങ്ങളുടെയും മറ്റും സമ്മർദ്ദത്തിനും, ഒപ്പം ജനവികാരത്തിനും ഇടയിൽപ്പെട്ട് സർക്കാർ ഉലഞ്ഞുനിൽക്കുമ്പോൾ 1959 ജൂലൈ 31ന് വൈകിട്ട് ഇ.എം. എസ് മന്ത്രിസഭയെ പ്രധാനമന്ത്രി നെഹ്റു ഭരണഘടനയുടെ 356-ാം വകുപ്പുപയോഗിച്ച് പിരിച്ചുവിട്ടു. അന്നത്തെ എ.ഐ.സി.സി. പ്രസിഡണ്ട്

ഇന്ദിരാഗാന്ധിയുടെ നീക്കങ്ങളാണ് നെഹ്റുവിനെക്കൊണ്ട് ഇഷ്ടമല്ലെങ്കിലും ഇക്കാര്യം ചെയ്യിപ്പിച്ചതെന്ന ഒരു വാദവും ഉയർന്നുകേട്ടിരുന്നു. കേവലം രണ്ട് വർഷവും മൂന്ന് മാസവും ഇരുപത്തിയാറ് ദിവസവും മാത്രമായിരുന്നു കേരളത്തിലെ ആദ്യത്തെ കമ്യൂണിസ്റ്റ് സർക്കാരിന്റെ കാലയളവ്.

സി.ഐ.എ.യുടെ ഇടപെടൽ

വിമോചനസമരത്തിന്റെ ഏടുകളിൽ അമേരിക്കൻ ചാരസംഘടനകളുടെ ഇടപെടലുകൾ ഉണ്ടെന്ന് ഇന്നും കമ്യൂണിസ്റ്റുകാർ പരക്കെ പറയുന്ന ഒരു കാര്യമാണ്. ഇതിന് ബലംവെക്കുന്ന കുറച്ചു വെളിപ്പെടുത്തലുകളും പിന്നീട് വന്നിട്ടുണ്ട്.

കേരളത്തിൽ അധികാരത്തിൽ വന്ന കമ്മ്യൂണിസ്റ്റ് സർക്കാരിനെ താഴെയിറക്കാൻ സി.ഐ.എ. ഇടപെടൽ നടത്തിയെന്നും, പ്രധാനമായും വിമോചനസമരത്തിൽ ഇടപെട്ടു എന്നും എഴുപതുകളിൽ ഇന്ത്യയിൽ അമേരിക്കൻ സ്ഥാനപതിയായിരുന്ന ഡാനിയൽ പാട്രിക് മുയിനിഹാൻ തന്നെ വെളിപ്പെടുത്തിയിട്ടുണ്ട്. പിന്നീട് ജൂലൈ 31 മുതൽ അടുത്ത തിരഞ്ഞെടുപ്പ് വരെ കേരളം രാഷ്ട്രപതി ഭരണത്തിന്റെ കീഴിലായി.

1960 തിരഞ്ഞെടുപ്പ്
വിമോചനസമര പോരാളികൾക്കൊപ്പം

വിമോചനസമരം നൽകിയ ഊർജ്ജവുമായി കോൺഗ്രസ്സിന്റെ നേതൃത്വത്തിൽ എല്ലാവരും ഒറ്റക്കെട്ടായി ഒരുഭാഗത്തു നിന്നു. മറുഭാഗത്ത് കമ്മ്യൂണിസ്റ്റ് പാർട്ടി ഒറ്റക്കുമുള്ള ഒരു ഇലക്ഷൻ പ്രചരണമായിരുന്നു തിരഞ്ഞെടുപ്പിനെ വേറിട്ടുനിർത്തിയ ഘടകം.

"കമ്മ്യൂണിസത്തെ തോൽപ്പിക്കാൻ വോട്ടു ചെയ്യുക" എന്ന മുദ്രാവാക്യവുമായി കമ്മ്യൂണിസ്റ്റ് വിരുദ്ധ ചേരി അണിനിരന്നു.

കോൺഗ്രസ്, പി.എസ്.പി., ആർ.എസ്.പി., മുസ്ലീംലീഗ് എന്നീ കക്ഷികളായിരുന്നു കോൺഗ്രസ് ചേരിയിലെ പ്രമുഖർ. വിമോചന സമരംനയിച്ച പല സംഘടനകളും ഈ തിരഞ്ഞെടുപ്പിൽ കോൺഗ്രസിനുവേണ്ടി ശക്തിയുക്തം വാദിച്ചു രംഗത്തുവന്നു.

1960 ഫെബ്രുവരി ഒന്നിന് തെരഞ്ഞെടുപ്പു നടന്നു. കേരളത്തിൽ കമ്മ്യൂണിസ്റ്റ് വിരുദ്ധ വോട്ടിംഗ് നടന്നു. ഇലക്ഷൻ ഫലം വന്നു.

കോൺഗ്രസ് 63

പി.എസ്.പി. 20

മുസ്ലീം ലീഗ് 11

കമ്മ്യൂണിസ്റ്റ് പാർട്ടി 29

കമ്മ്യൂണിസ്റ്റ് പാർട്ടിക്ക് വോട്ടിംഗ് ശതമാനം കൂടിയെങ്കിലും കമ്മ്യൂണിസ്റ്റ് വിരുദ്ധ വോട്ടുകൾ ഏകോപിപ്പിക്കുന്നതിൽ കോൺഗ്രസ് വിജയിച്ചു; അത് ഫലത്തെ ബാധിച്ചു. കെ.പി.സി.സി. പ്രസിഡണ്ട് ആർ.ശങ്കർ–പി.ടി. ചാക്കോ സഖ്യം ആയിരുന്നു അണിയറയിൽ. പി.ടി. ചാക്കോ എന്ന സൂത്രധാരനായിരുന്നു കോൺഗ്രസിന്റെ ഈ വിജയത്തിന്റെ പിന്നിൽ. വ്യക്തമായി പറഞ്ഞാൽ വിമോചനസമരം മുതൽ 60ലെ ഇലക്ഷൻ വിജയം വരെയുള്ള കാര്യങ്ങളിൽ മുഖ്യ ആസൂത്രകനായി പ്രവർത്തിച്ചത് പി.ടി. ചാക്കോ തന്നെയായിരുന്നു. വിമോചനസമരത്തിന് മന്നത്ത് പത്മനാഭനെയും സഭയെയും കൂടെ സമരങ്ങളെയും ഏകോ

പിപ്പിക്കുകയും വിജയത്തിൽ എത്തിക്കുകയും ചെയ്തതിന് പിന്നിൽ അദ്ദേഹത്തിന്റെ പ്രയത്നമാണ്.

കോൺഗ്രസ് അധികാരത്തിൽ

കേരള ചരിത്രത്തിലാദ്യമായി കോൺഗ്രസ് അധികാരത്തിൽ വന്നു. ചർച്ചകൾക്കൊടുവിൽ ആദ്യ കോൺഗ്രസ് മന്ത്രിസഭയുടെ മുഖ്യമന്ത്രിയായി 'പട്ടംതാണുപിള്ളയും ഉപമുഖ്യമന്ത്രിയായി കെ.പി.സി.സി. പ്രസിഡണ്ട് ആയിരുന്ന ആർ ശങ്കറും. പി.എസ്.പി.യും കോൺഗ്രസും തമ്മിൽ തെരഞ്ഞെടുപ്പിന് മുൻപേയുള്ള ധാരണയിന്മേലാണ് പട്ടം താണുപ്പിള്ള മുഖ്യമന്ത്രിയായത്.

മുൻപേ പറഞ്ഞ വാക്കിൽ ഇലക്ഷൻ കഴിഞ്ഞപ്പോൾ കോൺഗ്രസിന്റെ മട്ടുമാറി. പിന്നീട് ചർച്ചയായി. ശേഷം തർക്കമായി. അവസാനം പട്ടുതാണുപിള്ളയെ തന്നെ മുഖ്യമന്ത്രിയാക്കുകയും ചെയ്തു. പട്ടം താണുപിള്ള ആദ്യം തിരുവിതാംകൂർ സ്റ്റേറ്റ് കോൺഗ്രസ് പ്രസിഡണ്ട് ആയിരുന്നു; ശേഷം തിരുകൊച്ചി പ്രധാനമന്ത്രി ആവുകയും പിന്നീട് ഐക്യകേരളത്തിന്റെ രണ്ടാമത്തെ മുഖ്യമന്ത്രി ആവുകയും ചെയ്തു.

മുസ്ലീംലീഗ്

മതേതരത്വം പ്രതിച്ഛായയെ ബാധിക്കുമെന്ന ഭയത്തിൽ മുസ്ലീംലീഗനെ മന്ത്രിസഭയിൽ നിന്നും കോൺഗ്രസ് ആദ്യം തന്നെ മാറ്റിനിർത്തി. അതിനുപകരം ലീഗിൽ നിന്ന് സീതി സാഹിബിനു സ്പീക്കർ സ്ഥാനം നൽകി.

ഒരു വർഷത്തിനുശേഷം സീതിസാഹിബ് മരിക്കുകയും അദ്ദേഹത്തിന്റെ മരണശേഷം സി.എച്ച് മുഹമ്മദ് കോയ സ്പീക്കർ ആയി നിയമിതനാവുകയും ചെയ്തു. അദ്ദേഹത്തിനെ സ്പീക്കർ ആക്കിയത് മുസ്ലീംലീഗിൽ നിന്നും രാജിവച്ചതിൽപിന്നെയാണ് എന്ന വസ്തുത ശ്രദ്ധേയമാണ്.

അക്കാലത്ത് മലബാർ കോൺഗ്രസ് മുസ്ലീം ലീഗിന് തന്നെ എതിരായിരുന്നു. ലീഗുകാരെ സ്പീക്കർ ആക്കാൻ പറ്റില്ല എന്ന് വാദിച്ച സി.കെ. ഗോവിന്ദൻ നായരെ പോലെ മലബാറിൽനിന്നും ഉള്ള കോൺഗ്രസ് നേതാക്കൾ രംഗത്ത് വന്നിരുന്നു. തിരുവിതാംകൂർ കൊച്ചി കോൺഗ്രസുകൾ ഇതിനെ എതിർത്തു രംഗത്ത് വന്നു. ആ കാലഘട്ടത്തിൽ തന്നെ മുസ്ലീം ലീഗ്-കോൺഗ്രസ് അഭിപ്രായഭിന്നത ഉടലെടുത്തു.

പ്രധാനമന്ത്രിയായിരുന്ന ജവഹർലാൽ നെഹ്റു കോഴിക്കോട് വന്നു.

മുസ്ലീം ലീഗിനെ ചത്തകുതിര എന്ന് വിശേഷിപ്പിക്കുകയും; കാഴ്ചബംഗ്ലാവിൽ സൂക്ഷിക്കണമെന്നും മറ്റും പറഞ്ഞ് നെഹ്റു മുസ്ലിം ലീഗിനെ ആക്ഷേപിക്കുകയും ചെയ്തു. ഈ ആക്ഷേപങ്ങൾ കാരണം പിന്നീട് മുസ്ലീം ലീഗ് ഭരണമുന്നണിയിൽ നിന്നും പതുക്കെ പിന്മാറുകയുണ്ടായി.

പട്ടംതാണുപിള്ള

അന്നത്തെ കോൺഗ്രസിന് തലവേദനയായത് ഇതൊന്നും ആയിരുന്നില്ല. മുഖ്യമന്ത്രിയായ പട്ടംതാണുപിള്ള തന്നെയായിരുന്നു. താൻപോരിമക്കാരനായ പട്ടം സർ സി.പി.യുടെ ഒരു ദളവയെ പോലെയായിരുന്നു മൊത്തത്തിൽ പെരുമാറിയിരുന്നത്. പി.എസ്.പി.കാരനായ അദ്ദേഹം കോൺഗ്രസിന്റെ ഉപമുഖ്യമന്ത്രിയെയോ മറ്റു മന്ത്രിമാരെയോ ഒന്നിനും പരിഗണിക്കാറില്ലായിരുന്നു. ആഢ്യനായ ഒരു നായർ എന്ന രീതിയിൽ മാത്രം ആയിരുന്നു അദ്ദേഹം മന്ത്രിസഭയിലെ ബാക്കിയുള്ളവരോട് പെരുമാറിയത്.

കോൺഗ്രസ് നാടകീയമായിത്തന്നെ അദ്ദേഹത്തെ മുഖ്യമന്ത്രി സ്ഥാനത്ത് നിന്ന് മാറ്റി. പകരം പഞ്ചാബ് ഗവർണർ ആക്കി. ഇതേത്തുടർന്ന് പി.എസ്.പി. ഭരണമുന്നണി വിട്ടു. 1962ലെ ലോകസഭാ തിരഞ്ഞെടുപ്പിൽ തിരുവനന്തപുരത്ത് മത്സരിച്ച പട്ടം താണുപിള്ളയുടെ മരുമകന്റെ പരാജയം വലിയ മാനഹാനി ഉണ്ടാക്കി.

ആർ. ശങ്കർ മുഖ്യമന്ത്രി

പട്ടം താണുപിള്ളയെ മാറ്റി 1962-ൽ ആർ. ശങ്കർ മുഖ്യമന്ത്രി ആയി. കോൺഗ്രസിന്റെ ഒറ്റക്കക്ഷി മന്ത്രിസഭ. അതോടുകൂടി കേരള രാഷ്ട്രീയചരിത്രത്തിലെ കോൺഗ്രസ് ഗ്രൂപ്പ് കളികളും ആരംഭിക്കുകയായിരുന്നു. ആർ. ശങ്കറും പി.ടി. ചാക്കോയും ഒരുപക്ഷമായി നിന്ന് മലബാർ വിഭാഗത്തോടായിരുന്നു പോര് നയിച്ചത്. ആർ. ശങ്കർ മന്ത്രിസഭ

യിലെ ആഭ്യന്തരമന്ത്രിയായിരുന്നു പി.ടി. ചാക്കോ. ഈ കാലഘട്ടത്തി ലാണ് കേരള രാഷ്ട്രീയം തന്നെ മാറ്റിമറിച്ച ഒരു സംഭവം നടക്കുന്നത്. ഇവിടെനിന്നാണ് കേരളരാഷ്ട്രീയത്തിന്റെ ദിശമാറുന്നതും.

1963 ഡിസംബർ 8 ലെ കാർ യാത്ര

തൃശ്ശൂരിൽ നഗരത്തോട് ചേർന്നുള്ള ലൂർദ് പള്ളി പെരുനാൾ നട ക്കുന്ന ഒരുദിവസം. ഒരു നീല അംബാസഡർ കാർ ഒരു ഉന്തുവണ്ടി ക്കാരനെ ഇടിച്ചിട്ട് നിർത്താതെ പോയി. കാർ ഓടിച്ചിരുന്നത് പി.ടി. ചാക്കോ ആണെന്ന് ജനം തിരിച്ചറിഞ്ഞു. ആ വണ്ടിയിൽ ഒരു കൂളിംഗ് ഗ്ലാസ് ധരിച്ച സ്ത്രീ ഉണ്ടെന്ന് ആരോ പറഞ്ഞു. ആ വിഷയം വിവാദമാ യി, വാർത്തകളിൽ ഇടംപിടിച്ചു. ഈ കാര്യം പ്രതിപക്ഷം ഏറ്റെടുത്തു. അതോടുകൂടെ കോൺഗ്രസിലെ ഒരു വിഭാഗവും ഏറ്റുപിടിച്ചു.

ഒരു സ്ത്രീയെ കയറ്റി പട്ടാപ്പകൽ കാറിൽ സഞ്ചരിച്ച ആഭ്യന്തരമ ന്ത്രിയുടെ ധാർമ്മികത, സദാചാരം ഇതെല്ലാം പ്രതിപക്ഷം ഏറ്റുപി ടിച്ചു ചോദ്യം ചെയ്തു. കൂടെ ഭരണപക്ഷത്തുനിന്ന് ചിലരും. കോൺഗ്ര സുകാർ തന്നെ കൂട്ടത്തോടെ ശക്തമായി രംഗത്തുവന്നു. ഒരുപക്ഷേ പ്രതിപക്ഷത്തേക്കാൾ പി.സി. ചാക്കോയ്ക്കെതിരെ ആക്രമണം അഴി ച്ചുവിട്ടത് സ്വന്തം പാർട്ടിക്കാർ തന്നെയായിരുന്നു. സ്വന്തം പാർട്ടിയിലെ കോൺഗ്രസ് നേതാവായ പത്മം മേനോൻ ആണ് വാഹനത്തിൽ എന്നും, അവർക്ക് ലിഫ്റ്റ് കൊടുത്തതാണെന്നും പിന്നീട് ആർ. ബാല കൃഷ്ണപിള്ളയെ പോലുള്ളവർ പറഞ്ഞു.

നിയമസഭാ സമ്മേളനത്തിൽ ഒരുപറ്റം കോൺഗ്രസുകാർ തന്നെ സദാചാരവാദികൾ ആയി പ്രതിപക്ഷത്തേക്കാൾ വലിയ പ്രതിഷേധം പ്രകടിപ്പിച്ചു. ആദ്യം സഭക്ക് അകത്തും പിന്നീട് പുറത്തും. അവർ പിന്നീട് പി.ടി. ചാക്കോ രാജിവെക്കണമെന്ന ആവശ്യവുമായി രംഗത്ത് വന്നു. അതോടുകൂടി പി.ടി. ചാക്കോയെ അനുകൂലിക്കുന്ന സംഘവും പ്രതികൂല സംഘവും ഉടലെടുത്തു. ഈ രണ്ടുകൂട്ടരും പരസ്പരം അങ്ങോട്ടും ഇങ്ങോട്ടും വെല്ലുവിളികളായി. ഏറ്റുമുട്ടലുകളായി. പ്രശ്ന ങ്ങൾ വീണ്ടും വഷളായി.

ഇതേസമയം മുഖ്യമന്ത്രിയായിരുന്ന ആർ. ശങ്കറിനും ആഭ്യന്തരമന്ത്രി യായിരുന്ന പി.ടി. ചാക്കോക്കും ഇടയിൽ പ്രശ്നങ്ങളും ഉടലെടുത്തു. ഒടുവിൽ പി.ടി. ചാക്കോ രാജിവെച്ചു.

ചാക്കോയുടെ പടിയിറക്കം

കുറച്ചുകാലം കഴിഞ്ഞുനടന്ന കെ.പി.സി.സി. പ്രസിഡന്റ് തിരഞ്ഞെ ടുപ്പിലും ചാക്കോക്ക് തോൽവി നേരിടേണ്ടിവന്നു. അങ്ങനെ സജീവരാ

ഷ്ട്രീയം വിട്ട് ചാക്കോ അഭിഭാഷകനായി ജോലി ചെയ്തുവരികയായിരുന്നു. ഒരു മാസം കഴിയുമ്പോഴേക്കും ഒരു യാത്ര യ്ക്കിടെ ഹൃദയാഘാതം മൂലം അദ്ദേഹം കോഴിക്കോട് വെച്ച് അന്തരിച്ചു.

മൃതദേഹം കോഴിക്കോട് നിന്ന് ഒരു പോലീസ് വാനിൽ കയറ്റി നാട്ടിലേക്കു കൊണ്ടുവന്നു. മൃതദേഹത്തോടു അനാദ രവ് കാട്ടി എന്നും പറഞ്ഞ് തൃശൂർ എത്തി യപ്പോൾ ഒരുസംഘം കോൺഗ്രസുകാർ ആ യാത്ര തടഞ്ഞു. മുൻ ആഭ്യന്തരമന്ത്രി യുടെ മൃതദേഹത്തോട് മുഖ്യമന്ത്രി അനാ ദരവ് കാട്ടി എന്നുള്ള ഒരു വാദവും ഒരു വിഭാഗം കോൺഗ്രസുകാർക്കിട യിൽനിന്ന് അപ്പോൾ തന്നെ ഉയർന്നുവന്നു.

പി.ടി. ചാക്കോയുടെ മരണം കഴിഞ്ഞ് ഒരുമാസം കഴിഞ്ഞിട്ടാണ് കേരള നിയമസഭാസമ്മേളനം നടന്നത്. നിയമസഭാസമ്മേളനത്തിന് ഒരുദിവസം മുന്നേ കെ.എം. ജോർജ്ജ് സ്പീക്കർക്ക് ഒരു കത്ത് നൽകി യിരുന്നു. 15 എം.എൽ.എ.മാർക്ക് സഭയിൽ ഒരു പ്രത്യേക ബ്ലോക്കായി ഒരുമിച്ച് ഇരിക്കാൻ ഉള്ള ഒരു ആവശ്യമായിരുന്നു ആ കത്തിന്റെ ഉള്ള ടക്കം.

കേരള കോൺഗ്രസ് രൂപീകരണം

അങ്ങനെ മന്നത്ത് പത്മനാഭന്റെയും കത്തോലിക്കാ സഭയുടെയും ആശീർവാദത്തോടെ ഒരുമിച്ചു ഗ്രൂപ്പ് ആയി ഇരുന്ന 15 എം.എൽ.എ. മാർ അടങ്ങുന്ന സംഘം ഒരു പുതിയ പാർട്ടിക്ക് രൂപം കൊടുത്തു. ആ ഗ്രൂപ്പിന് കേരള കോൺഗ്രസ് എന്ന പേര് നൽകിയത് മന്നത്ത് പത്മനാഭൻ ആയിരുന്നു. പി.ടി. ചാക്കോയോട് കോൺഗ്രസ് കാണിച്ച അനീതിക്ക് എതിരെയുള്ള പ്രതിഷേധം.

ഒരു രസകരമായ വസ്തുത എന്തെന്നാൽ പി.ടി. ചാക്കോ വിവാദം കത്തിനിൽക്കുമ്പോൾ പി.ടി. ചാക്കോയെ പുറത്താക്കണമെന്ന് മുന്നിൽ ആരോപണമുന്നയിച്ചവരിൽ ഒരാളായിരുന്നു കെ.എം. ജോർജ്ജ്. ഇതേ കെ.എം. ജോർജ്ജ് ആണ് കേരള കോൺഗ്രസ് പാർട്ടി സ്ഥാപിക്കുന്ന ത്. അങ്ങനെ പാർട്ടി ലീഡറായി കെ.എം. ജോർജ്ജും ഡെപ്യൂട്ടി ലീഡ റായി ആർ. ബാലകൃഷ്ണപിള്ളയും.

ഇതേതുടർന്ന് നിയമസഭാ സമ്മേളനത്തിൽ സർക്കാറിനെതിരെ അവി

ശ്വാസപ്രമേയം അവതരിപ്പിക്കുകയും 50നെതിരെ 73 വോട്ടിന് അവിശ്വാസം പാസായി. അങ്ങനെ ഭരണകാലാവധി പൂർത്തിയാക്കുന്നതിന് അഞ്ച് മാസം മുന്നേ സർക്കാർ താഴേക്ക് പോയി.

കേരള കോൺഗ്രസിന്റെ ഉദയത്തിൽ നാം ഓർത്തിരിക്കേണ്ട ഒരു പേരുകൂടിയുണ്ട്, കെ.എം. മാണി എന്ന കരിങ്കോഴക്കൽ മാണി. കോട്ടയം ഡി.സി.സി. പ്രസിഡണ്ട് ആയിരുന്ന അദ്ദേഹം കേരള കോൺഗ്രസിൽ ചേരുകയായിരുന്നു.

കെ.എം. മാണിയുടെ കേരള കോൺഗ്രസ് പ്രവേശനത്തെ പറ്റി സ്ഥാപക നേതാവ് ആർ ബാലകൃഷ്ണപിള്ള പറയുന്ന ഒരു വാദമുണ്ട്:

'ജേക്കബിന് എതിരായി സീറ്റ് കിട്ടാതിരുന്ന കെ.എം. മാണി ഒരു കാലത്തു കേരള കോൺഗ്രസിന് എതിരെയും പി.ടി. ചാക്കോയേയും ഒക്കെ തള്ളിപ്പറഞ്ഞാൽ സീറ്റ് കിട്ടുമെന്ന് പ്രതീക്ഷിച്ച് നടന്നിരുന്നു. എന്നാൽ അത് സംഭവിച്ചില്ല. അങ്ങനെ ഡി.സി.സി. പ്രസിഡണ്ട് സ്ഥാനം പോലും രാജിവെക്കാതെ കേരള കോൺഗ്രസ് സ്ഥാനാർത്ഥിയായി നോമിനേഷൻ കൊടുക്കുകയാണ് ഉണ്ടായത്."

ഇതിന് മാണി പറയുന്ന വാദം ഇങ്ങനെ:

"കോട്ടയം ഡി.സി.സി. എന്നത് പി.ടി. ചാക്കോയെ അനുകൂലിക്കുന്നവരുടെ ഒരു ജില്ലാക്കമ്മറ്റിയാണ് 90% ആളുകളും. പി.ടി. ചാക്കോയോടുള്ള സ്നേഹം ഉള്ളതുകൊണ്ട് മാത്രമാണ് പാർട്ടിയിലേക്ക് വന്നത് എന്നുമാണ്."

ചുരുക്കത്തിൽ ഒന്നായിനിന്ന കോൺഗ്രസ് രണ്ടായി പിളർന്നു. കേരളം അറിഞ്ഞിരുന്നില്ല അത് മാലപ്പടക്കംപോലെ ഉള്ള ഒരു വലിയ പിളർപ്പിന്റെ തുടക്കം മാത്രമാണ് എന്ന്. ഇങ്ങനെ പിളർപ്പുകൾ താണ്ടിയാണ് 1965ൽ കേരളം ഇലക്ഷനിലേക്ക് പോയത്. 1960കളുടെ തുടക്കം മുതലേ ഇന്ത്യയിലെ കമ്മ്യൂണിസ്റ്റ് പാർട്ടിയിലും വലിയ മാറ്റങ്ങൾക്ക് കളമൊരുങ്ങുന്നുണ്ടായിരുന്നു.

ഇന്ത്യൻ കമ്മ്യൂണിസ്റ്റ് പാർട്ടി പിളർപ്പ്

1960കളുടെ തുടക്കത്തിൽ തന്നെ വിശിഷ്യ കേരളത്തിലും ഇന്ത്യയിലും ഇടതുപക്ഷ പ്രസ്ഥാനങ്ങൾ വലിയ പ്രശ്നങ്ങൾ നേരിടേണ്ടി വന്നു. ഇന്ത്യയിൽ കമ്മ്യൂണിസ്റ്റ് പാർട്ടി പ്രധാനമായും രണ്ടായി വിഭജിക്കപ്പെട്ടു. അക്കാലത്ത് കമ്മ്യൂണിസ്റ്റ് പ്രസ്ഥാനം നേരിടേണ്ടിവന്ന മൂന്ന് പ്രധാന ആശങ്കകൾ ഇവയൊക്കെയാണ്:

1. വിപ്ലവം എങ്ങനെ നടത്തണം?
2. കോൺഗ്രസിനോടുള്ള സമീപനം എങ്ങനെ ആയിരിക്കണം?
3. സോവിയറ്റ് യൂണിയനോ ചൈനയോ ആരാണ് ശരിയായ മാതൃക?

ഇന്ത്യയെ സംബന്ധിച്ചിടത്തോളം കമ്മ്യൂണിസ്റ്റ് ആശയങ്ങൾ പുറത്തുനിന്ന് കടന്നുവന്നവയാണ്. അതുകൊണ്ട് തന്നെ ഓരോ പ്രശ്നങ്ങൾ വരുമ്പോഴും ഇടത് നേതാക്കൾ ആശയപരമായും മറ്റു ആശ്രയിച്ചിരുന്നത് മറ്റ് കമ്മ്യൂണിസ്റ്റ് രാജ്യങ്ങളുടെ നിലപാടുകളും അവരുടെ രീതികളുമാണ്.

പഴയ സോവിയറ്റ് യൂണിയനും ചൈനയും ക്യൂബയും ഒക്കെ ഉൾപ്പെടുന്ന കമ്മ്യൂണിസ്റ്റ് രാജ്യങ്ങൾ അതിനുദാഹരണമായിരുന്നു.

കേരളത്തിൽ പാർട്ടി നേരിട്ട പ്രശ്നങ്ങൾ

കമ്മ്യൂണിസ്റ്റ് പാർട്ടി കേരളത്തിൽ 1957ൽ നടത്തിയ പരീക്ഷണം വേണ്ടവിധത്തിൽ വിജയിപ്പിക്കാൻ പാർട്ടിക്കും സർക്കാരിനും ആയില്ല. അതിനാൽ പാർട്ടിക്ക് എതിരായി തന്നെ വലിയ ഒരു കമ്മ്യൂണിസ്റ്റ് വിരുദ്ധ മുന്നണി കേരളത്തിൽ രൂപംകൊണ്ടു ആ ചെറിയ കാലംകൊണ്ടുതന്നെ. 1960ൽ നടന്ന നിയമസഭാ ഇലക്ഷനിൽ കമ്മ്യൂണിസ്റ്റ് പാർട്ടി കേരളത്തിൽ കോൺഗ്രസിനോട് തോൽക്കുകയും ചെയ്തു. അതോടൊപ്പം അറുപതുകളിൽ തന്നെയാണ് ഇന്ത്യ-ചൈന യുദ്ധവും വന്നത്. അതിനൊപ്പം ചേർത്തുവെച്ച് പറയാൻ പാർട്ടിക്കുള്ളിലെ ചെറിയ

അഭ്യന്തര പ്രശ്നങ്ങളും ഒക്കെയായി. കമ്മ്യൂണിസ്റ്റ് പ്രസ്ഥാനങ്ങൾ പൊതുവിൽ വലിയ ഒരു സംഘർഷാവസ്ഥയിൽ തന്നെയായിരുന്നു, കേരളത്തിലും ഇന്ത്യ ഒട്ടാകെയും അഭിമുഖീകരിച്ചിരുന്നത്.

1962 ഒക്ടോബറിൽ ചൈന ഇന്ത്യയെ ആക്രമിച്ചു. ദേശീയതലത്തിൽതന്നെ ആശയപരമായി ഭിന്നതകൾ ഉണ്ടായിരുന്നു. ചൈനയുടെ ആക്രമണം ഇടതുപ്രസ്ഥാനങ്ങൾക്ക് കൂടുതൽ ആഘാതമായി. ഇന്ത്യക്കുനേരെ നടന്ന ആക്രമണത്തെ തുടർന്ന് ഇടതുപക്ഷ പ്രസ്ഥാനത്തിന് അകത്തുനിന്ന് തന്നെ വലിയ വെല്ലുവിളികൾ നേരിടേണ്ടിവന്നു. ഈ സംഭവത്തോടെ ഇടതുപക്ഷ പ്രസ്ഥാനത്തിനുള്ളിൽ തന്നെ ഇടതും വലതും എന്ന വേർതിരിവ് ഉണ്ടായി.

അങ്ങനെ ഇന്റർനാഷണലിസ്റ്റുകളും നാഷണലിസ്റ്റുകളും ഉണ്ടായി. ദേശീയ ജനാധിപത്യവാദികളും ജനകീയ ജനാധിപത്യവാദികളും ഉണ്ടായി.

അറുപതുകളുടെ ആരംഭം തന്നെ ഇന്ത്യയിലെ കമ്മ്യൂണിസ്റ്റ് പ്രസ്ഥാനങ്ങൾ വിവിധ ചേരികളായി മാറിയിരുന്നു. ചൈന ഇന്ത്യയെ ആക്രമിച്ചതോടുകൂടി ഈ പ്രശ്നങ്ങൾ ഒന്നുകൂടെ മൂർച്ഛിച്ചു. അന്ന് പാർട്ടിയിലെ വലതുപക്ഷം നെഹ്റുവിനു പിന്തുണ പ്രഖ്യാപിച്ചു. അടിയുറച്ചു നിന്നു.

ആശയപരമായി ചൈനയാണ് ശരിയെന്ന് വിചാരിച്ചിരുന്ന പാർട്ടിയിലെ ഇടതന്മാർ ഇതോടുകൂടി വല്ലാതെ വിഷമിച്ചു. ആരെ കൊള്ളണം ആരെ തള്ളണം എന്ന ധർമ്മസങ്കടത്തിൽ.

അക്കാലഘട്ടത്തിൽ എ.കെ.ജി.യെയും ഇ.എം.എസിനെയും മറ്റും കോൺഗ്രസുകാർ ചൈനാചാരന്മാർ എന്നുവരെ വിളിച്ച് അധിക്ഷേപിക്കുന്നുണ്ടായിരുന്നു.

ഇങ്ങനെയിരിക്കുമ്പോൾ കോൺഗ്രസിന്റെ കൂടെ ചേർന്നുനിന്ന പാർട്ടിയിലെ വലതുപക്ഷത്തിനെതിരെ ഇ.എം.എസ്. ശക്തമായി പ്രസംഗിച്ചു. 'സായിപ്പിനെ കാണുമ്പോൾ കവാത്ത് മറക്കുന്ന' ആളുകളായി അവരെ ഉപമിച്ചു.' പിന്നീട് ഇടതുപക്ഷപ്രസ്ഥാനങ്ങൾ അനിവാര്യമായ ഒരു പിളർപ്പിലേക്കാണ് നീങ്ങിയത്.

ഒന്നായ പാർട്ടികൾ രണ്ടാവുന്നു. പാർട്ടി നേതാക്കൾ കൂടുതലും മാതൃ പാർട്ടിയായ സി.പി.ഐ.യിൽ നിന്നു. എന്നാൽ സാധാരണ പ്രവർത്തകർ കൂടുതലും പുതിയ പാർട്ടി സി.പി.ഐ.(എം)നു ഒപ്പം നിന്നു. കമ്മ്യൂണിസ്റ്റ് പാർട്ടിയുടെ 1964ൽ നടന്ന ദേശീയ കൗൺസിലിൽ നിന്ന് 32 പേര് ഇറങ്ങിപ്പോയി. ഈ ഇറങ്ങിപ്പോക്കോടുകൂടെ അതുവരെ ഒന്നായി നിന്ന

വർ ഇടത്-വലത്പക്ഷം ആയി വേർതിരിഞ്ഞു.

ഇടതിലെ ഇടതിനൊപ്പം പ്രമുഖർ

ഇടതിലെ വലതുപക്ഷം (പ്രമുഖർ), എം.വി. ഗോവിന്ദൻനായർ, ടി. വി. തോമസ്, സി. അച്യുതമേനോൻ, കെ.സി. ജോർജ്, ഇ. ചന്ദ്രശേഖരൻ, ഇ. ഗോപാലകൃഷ്ണമേനോൻ.

ഭാര്യയായിരുന്ന ഗൗരിയമ്മ ഇടതുപക്ഷത്തിനും ഭർത്താവവായ ടി. വി. തോമസ് വലതുവശത്തും കൂടെ ആയ ഒരു കഥ കൂടിയുണ്ട്. ഇങ്ങനെ കമ്മ്യൂണിസ്റ്റ് പാർട്ടികൾ വിഘടിച്ച് സി.പി.ഐ.യും സി.പി.ഐഎമ്മും ആവുകയും ചെയ്തു.

ഒന്നായിരുന്ന കോൺഗ്രസ് വിഘടിച്ച് രണ്ടു കോൺഗ്രസ് ആയി. കോൺഗ്രസും കേരള കോൺഗ്രസും.

വി.എസ്. അച്യുതാനന്ദൻ പറയുന്നു:

"ഇന്ത്യ ചൈന യുദ്ധകാലഘട്ടത്തിൽ യുദ്ധം നിർത്തണമെന്നും രണ്ടു രാജ്യങ്ങളും തമ്മിൽ സംസാരിച്ച് ധാരണയിൽ എത്തണമെന്നും പാർട്ടിയിൽ പ്രമേയം അവതരിപ്പിച്ചു. പ്രമേയം കൊണ്ടുവന്നത് ഇന്ത്യയിലെ ചൈന കമ്മ്യൂണിസ്റ്റ് ചാരന്മാർ ആണെന്ന് വരുത്തി തീർക്കാൻ ശ്രമം നടന്നു പാർട്ടിക്ക് ഉള്ളിൽതന്നെ. നമ്മുടെ പാർട്ടിയിലെ ചാരന്മാർ ഇവന്മാർ ആണെന്ന് ഡാങ്കെ പക്ഷം പറഞ്ഞു.

അന്നത്തെ കമ്മ്യൂണിസ്റ്റ് പാർട്ടിയിൽ മൂന്നിലൊന്ന് പേർ ചാരന്മാർ

ആണെന്ന് കേന്ദ്ര ആഭ്യന്തരമന്ത്രി ഗുൽസാരിലാൽ നന്ദക്കു ഒരുകൂട്ടർ വിവരം ചോർത്തി കൊടുത്തു. പാർട്ടിയിലെ ആഭ്യന്തരകാര്യങ്ങളും അതോടൊപ്പം പാർട്ടിയെയും പാർട്ടി പ്രവർത്തകരെയും ഡാങ്കെ പക്ഷം ശത്രുക്കൾക്ക് ഒറ്റുകൊടുത്തു എന്നായി അധിക്ഷേപം.

1964 ഏപ്രിൽ നടന്ന ദേശീയ കൗൺസിലിൽ 101 പേരിൽ 32 പേരും സഹകരിക്കാതെ ഇറങ്ങിപ്പോയി. ഈ ഇറങ്ങിപ്പോയവരിൽ ഡാങ്കെക്ക് എതിരെയുള്ള ആരോപണങ്ങൾ അന്വേഷിക്കണം എന്നായിരുന്നു ഇറങ്ങിപ്പോയവരുടെ ആവശ്യം. കേരളത്തിൽനിന്നുള്ള ഏഴുപേർ ഉണ്ടായിരുന്നു. ഇറങ്ങിപ്പോയ 32 പേരെയും പാർട്ടിയിൽനിന്ന് പുറത്താക്കി. ഡാങ്കെ ആയിരുന്നു അന്ന് പാർട്ടി ചെയർമാൻ.

ഫെബ്രുവരി 14ന് ഇ.എം.എസ് പാർട്ടി ജനറൽ സെക്രട്ടറി സ്ഥാനം രാജിവെച്ചു. പാർട്ടി വിട്ടവർ ചേർന്ന് ജൂലൈ മാസം ആന്ധ്രപ്രദേശിലെ തെന്നാലിയിൽ ഒരു യോഗം നടത്തി പുതിയ പാർട്ടി രൂപീകരണം എന്ന തീരുമാനമെടുത്തു. തെനാലിയിലെ യോഗത്തിൽ 114 പേർ പങ്കെടുത്തിരുന്നു. അതിൽ 20 പേർ കേരളത്തിൽ നിന്നുള്ളവർ ആയിരുന്നു. അവിടെവെച്ചാണ് സി.പി.ഐ.എം. എന്ന പുതിയ പാർട്ടി ഉടലെടുക്കുന്നത്.

അതേസമയം ആഗോള കമ്മ്യൂണിസ്റ്റ് ഭൂമികയിലും ചെറിയ മാറ്റങ്ങൾ തുടങ്ങിയിരുന്നു. സാർവ്വദേശീയ സമ്മേളനം സോവിയറ്റ് കമ്മ്യൂണിസ്റ്റ് പാർട്ടി 1960 മോസ്കോയിൽ വെച്ച് നടത്തപ്പെട്ടു. ആ ലോകസമ്മേളനം അംഗീകരിച്ച നയത്തിനെതിരെ ആയിരുന്ന മാവോ സേ തൂങ്ങ് നയിച്ച ചൈനീസ് പാർട്ടി ചൈനയിൽ തീരുമാനങ്ങൾ എടുത്തത്.

ചൈനയുടെ ഈ നിലപാടുകൾ ആണ് ഭിന്നതയ്ക്ക് കാരണമായത്. ഇത് ലോകതലത്തിൽ നിരീക്ഷിക്കപ്പെട്ടു. ഇന്ത്യയിൽ മാത്രമായി ഉണ്ടായ ഒരു പ്രക്രിയയല്ല കമ്മ്യൂണിസ്റ്റ് പാർട്ടിയുടെ പിളർപ്പ്.

ഏതാണ്ട് ഇതേ സമയത്തുതന്നെ ശ്രീലങ്ക, ചിലി, ഓസ്ട്രേലിയ തുടങ്ങി മുപ്പതോളം രാജ്യങ്ങളിലെ പാർട്ടികളിൽ പിളർപ്പുണ്ടായി. ഇവ ദേശീയ കാര്യങ്ങളുമായി ബന്ധപ്പെട്ട് നടന്ന ഒന്നല്ല എന്ന ഒരു വാദവും ഈ വിഷയത്തിൽ ഉയർന്നുകേട്ടിരുന്നു.

പിളർപ്പിനപ്പുറം ബലാബലം

മൂന്നാം കേരള നിയമസഭ ഇലക്ഷൻ: 1965

അഞ്ചുവർഷത്തെ കോൺഗ്രസ് ഭരണത്തിനുശേഷം 1965ൽ കേരളത്തിൽ വീണ്ടും നിയമസഭ ഇലക്ഷൻ നടന്നു. കേരളത്തിൽ ഒന്നായിരുന്ന പ്രമുഖ രണ്ട് പാർട്ടികൾ രണ്ടായി മാറിയിരുന്നു. അതുകൊണ്ട് തന്നെ പ്രധാനമായും മത്സരത്തിന് നാലു പാർട്ടികൾ ഉണ്ടായിരുന്നു.

കോൺഗ്രസ്, കേരള കോൺഗ്രസ്, സി.പി.എമ്മും സി.പി.ഐയും. ഇവരിൽ ആരാണ് കേമൻ എന്ന ഒറ്റ ചോദ്യം? അതായിരുന്നു ആ തിരഞ്ഞെടുപ്പിലെ സവിശേഷമായ ചോദ്യം.

ഒടുവിൽ 1965ലെ ഇലക്ഷൻ റിസൽട്ട് വന്നു. ഏറെ പ്രതീക്ഷകൾ ഉണ്ടായിരുന്ന സി.പി.ഐ. എന്ന പാർട്ടി നിലംതൊടാതെ തോറ്റു തകർന്നുവീണ കാഴ്ചയാണ് കേരളം കണ്ടത്. അതോടൊപ്പം ഈ തിര

ഞ്ഞെടുപ്പിൽ വിസ്മയവിജയം തീർത്തത് സി.പി.എം. പുതിയ പാർട്ടിയായ സി.പി.എമ്മിന്റെ നിലനിൽപ്പ് കൂടിയായിരുന്നു ഈ ഇലക്ഷൻ. അവരെ ഒതുക്കാൻ പല ശ്രമങ്ങളും നടന്നു.

സി.പി.എമ്മിനെ വകവരുത്താൻ കേന്ദ്രസർക്കാർ പ്രമുഖ നേതാക്കളെ തടവിലാക്കി. ജയിലിന് പുറത്തുണ്ടായിരുന്നത് ഇ.എം.എസ് മാത്രമായിരുന്നു. ഇ.എം.എസിന്റെ രാഷ്ട്രീയതന്ത്രങ്ങളും അദ്ദേഹത്തിന്റെ ഉള്ളിലെ ബുദ്ധിരാക്ഷസൻ എങ്ങനെ പ്രവർത്തിച്ചു എന്നുമുള്ള നേർക്കാഴ്ചയായിരുന്നു ഇലക്ഷൻ.

നിയമസഭയിലേക്ക് 73 സീറ്റിൽ സി.പി.എം. മത്സരിച്ചു അതിൽ 39 പേരും ജയിലിൽ ആയിരുന്നു എന്നതും ഒരു കൗതുകമുള്ള കാര്യമാണ്. തിരഞ്ഞെടുപ്പിൽ ജയിലിൽ കിടന്ന പലർക്കുവേണ്ടിയും തിരഞ്ഞെടുപ്പ് പ്രചാരണം നടത്തിയത് സ്ഥാനാർത്ഥികളുടെ വീട്ടുകാരും സുഹൃത്തുക്കളും ആയിരുന്നു.

ഫലം വന്നപ്പോൾ കക്ഷിനില

സി.പി.എം. 40 സീറ്റ്
സി.പി.ഐ. 3 സീറ്റ്
കോൺഗ്രസ് 36 സീറ്റ്
കേരള കോൺഗ്രസ് 25 സീറ്റ്
ലീഗ് (5 സ്വതന്ത്രരും) 11 സീറ്റ്

ഇങ്ങനെ ആർക്കും ഒരു സ്വാധീനവും ഇല്ലാത്ത, വ്യക്തമായ ഒരു ഭൂരിപക്ഷം ഇല്ലാത്ത 1965ലെ ഇലക്ഷൻ വിധി. സി.പി.ഐ.യിൽനിന്ന് 55 പേർക്ക് കെട്ടിവച്ച കാശ്പോലും നഷ്ടമായി. തോറ്റ പ്രമുഖർ ടി.വി. തോമസ്, വി.ആർ കൃഷ്ണയ്യർ എന്നിവരൊക്കെയായിരുന്നു. മുൻ മുഖ്യമന്ത്രി കോൺഗ്രസിലെ ആർ ശങ്കറും തോറ്റു. വി.എസ്. അച്യുതാനന്ദൻ അമ്പലപ്പുഴയിൽ മത്സരിച്ച് സി.പി.എം.ൽനിന്നും തോറ്റു. കെ. കരുണാകരൻ വിജയിച്ചു. കേരള കോൺഗ്രസിൽ നിന്ന് കെ.എം. മാണി വിജയിച്ചു. എസ്.എസ്.പി. 13 സീറ്റുകൾ നേടി. സിപിഎം പിന്തുണയോടെയിരുന്നു അത്. എന്നാൽ ആർ.എസ്.പി.ക്ക് പൂജ്യം.

ഇ.എം.എസ്

കേരളത്തിൽ പ്രസിഡണ്ട് ഭരണം. വിധിവന്ന് ഒരുമാസത്തിന് ശേഷം സഭ പിരിച്ചുവിട്ടു. തുടർന്ന് രണ്ടുവർഷം കേരളം രാഷ്ട്രപതി ഭരണത്തിന്റെ കീഴിൽ.

വിഘടിച്ച പാർട്ടികളിൽ ആരാണ് കേമൻ എന്നുള്ള ചോദ്യത്തിന് ഉത്തരം നൽകുന്നതിലേക്കുള്ള ഒരു സൂചിക മാത്രമായിരുന്നു ഈ ഇലക്ഷൻ. ഇലക്ഷന് ശേഷം ഇ.എം.എസ്. മുന്നണിക്ക് വേണ്ടി ചരടുവലികൾ നടത്തിയെങ്കിലും നടന്നില്ല. അവിടെയും വിനയായത് മുസ്ലീം ലീഗ് വർഗീയ പാർട്ടിയാണ് എന്ന സി.പി.ഐയുടെ നിലപാടുകളായിരുന്നു.

രണ്ട് വർഷത്തെ രാഷ്ട്രപതി ഭരണത്തിൽ ഭക്ഷ്യക്ഷാമം ആയിരുന്നു പ്രധാന പ്രശ്നം.

ചാണക്യതന്ത്രങ്ങൾ

(നാലാം തിരഞ്ഞെടുപ്പ് 1967)

1965ലെ സംഭവബഹുലമായ ഇലക്ഷനും തുടർന്നുണ്ടായ രണ്ട് വർഷത്തെ രാഷ്ട്രപതി ഭരണത്തിനുശേഷം 1967ൽ വീണ്ടും കേരളം നിയമസഭാ തിരഞ്ഞെടുപ്പിലേക്ക്. ഈയൊരു തിരഞ്ഞെടുപ്പായിരുന്നു രാഷ്ട്രീയം എന്നത് സാധ്യതകളുടെ കലയാണെന്ന് കേരളത്തെ പഠിപ്പിച്ചത്. എല്ലാത്തിലും മുകളിലായി ഇ.എം.എസ്. എന്ന രാഷ്ട്രീയതന്ത്രജ്ഞന്റെ മിടുക്കും കേരളം തിരിച്ചറിഞ്ഞു.

കമ്മ്യൂണിസ്റ്റ് സർക്കാർ വരും എന്ന പേടിയിൽ മന്നത്ത് പത്മനാഭന്റെ നേതൃത്വത്തിൽ കത്തോലിക്ക സഭയും കോൺഗ്രസ്സും ഒക്കെ ഒരു സംഘമായിമാറി ഇലക്ഷൻ നേരിട്ടു. കേരള കോൺഗ്രസ് ചരിത്രത്തിൽ ആദ്യമായി ഒറ്റയ്ക്ക് മത്സരിച്ചു. കേരള കോൺഗ്രസ് ഒരു മുന്നണിയിലും കൂടാതെ ഒറ്റയ്ക്ക് നിന്നു. എന്നാൽ ഇത്തവണ 1967-ലെ ഇലക്ഷനിൽ ഇ.എം.എസിന്റെ നേതൃത്വത്തിൽ രൂപംകൊണ്ട ഒരു പുതിയ മുന്നണിയായിട്ടാണ് സിപിഐഎം രംഗത്ത് വന്നത്. സി.പി.എം., സി.പി.ഐ., മുസ്ലീം ലീഗ് ഉൾപ്പെട്ട ഒരു ഐക്യമുന്നണി ആയിരുന്നു അത്. ജനകീയ പ്രശ്നങ്ങളുടെ പേരിലും കോൺഗ്രസിനോടുള്ള പൊതുവായുള്ള സമീപനത്തിന്റെ പേരിലും സി.പി.ഐ.-സി.പി.എം. പാർട്ടികൾ തമ്മിൽ ഐക്യം രൂപപ്പെട്ടു. എസ്.എസ്.പി, ആർ.എസ്.പി. തുടങ്ങിയ ചെറുകക്ഷികളും ഐക്യമുന്നണിയുടെ ഭാഗമായിരുന്നു അന്ന്.

പഴയ വിമോചന കോൺഗ്രസ് പോർമുഖത്തെ സമരപോരാളികൾ ആയിരുന്ന ഫാദർ ജോസഫ് വടക്കൻ, വെല്ലിങ്ടൺ എന്നിവർ ഇക്കുറി സഖാക്കൾ ആയി മാറി. സി.പി.എമ്മിന്റെ കൂടെനിന്നു പോരാട്ടം നടത്തി.

1967ലെ നിയമസഭയും ലോകസഭയും ഒരുമിച്ചായിരുന്നു ഇലക്ഷൻ. ഐക്യവും സ്ഥിരതയും ഉറപ്പാക്കാൻ കോൺഗ്രസിന് വോട്ട് എന്നതായിരുന്നു കോൺഗ്രസ് പ്രചരണം.

കോൺഗ്രസിന് വേണ്ടി ഇലക്ഷൻ പ്രചരണം പൊടിപൊടിക്കാൻ ഇന്ദി

രാഗാന്ധി കേരളത്തിൽ എത്തി.

1967ലെ ഇലക്ഷൻ വിധി വന്നു.

കോൺഗ്രസിന്റെ ചരിത്രത്തിലെ വലിയ പരാജയങ്ങളിൽ ഒന്നായിരുന്നു കാത്തിരുന്നത്. കേവലം ഒൻപത് സീറ്റുകൾ മാത്രം കോൺഗ്രസ് നേടി. കേരള കോൺഗ്രസിന് കിട്ടിയതാകട്ടെ 5 സീറ്റ്. മൊത്തം 14 സീറ്റ്.

വിമോചന സമര കാലത്തെ കമ്മ്യൂണിസ്റ്റ് വിരുദ്ധചേരിയെ ഇ.എം.എസ്. പത്ത് വർഷംകൊണ്ട് തകർത്തു തരിപ്പണമാക്കുന്ന കാഴ്ച നാം കണ്ടു. മന്നവും മെത്രാനും എൻ.എസ്.എസും എസ്.എൻ.ഡി.പിയും ഒക്കെ ചേർന്നിട്ടും കോൺഗ്രസിന് ലഭിച്ചത് ഒമ്പത് സീറ്റ്. ഇ.എം.എസ്. എന്ന ചെറിയ മനുഷ്യന്റെ ബുദ്ധികൂർമ്മതയ്ക്ക് മുന്നിൽ കമ്മ്യൂണിസ്റ്റ് വിരുദ്ധ വോട്ടുകൾ ചിതറിത്തെറിച്ചു. കോൺഗ്രസിന് 34 ശതമാനം വോട്ട് ലഭിച്ചു. പക്ഷേ അതൊന്നും സീറ്റുകളായില്ല. കേരള കോൺഗ്രസിന് ഒറ്റയ്ക്ക് നിന്ന് ലഭിച്ചത് അഞ്ചു സീറ്റുകൾ.

തിരഞ്ഞെടുപ്പ് കക്ഷിനില

സി.പി.എം. 54
സി.പി.ഐ. 20
എസ്.എസ്. 19
ലീഗ് 14
ആർ.എസ്.പി. 4
കേരള കോൺഗ്രസ് 5
കോൺഗ്രസ് 9

ഇ.എം.എസ്. മന്ത്രിസഭ അധികാരത്തിലെത്തുന്നു

കേരളത്തിൽ രണ്ടാമതും 10 വർഷങ്ങൾക്ക്ശേഷം ഇടതുമുന്നണി അധികാരത്തിൽ വന്നു. ഇ.എം.എസിന്റെ രണ്ടാം ഊഴം. പതിനാലംഗ മന്ത്രിസഭയുമായാണ് ഇ.എം.എസ്. വന്നത്. അതും ഒരു സപ്ത കക്ഷി മന്ത്രിസഭ.

സപ്തകക്ഷി മന്ത്രിസഭയിലെ പാർട്ടികൾ

1. കെ.എസ്.പി.
2. കെ.ടി.പി.
3. മുസ്‌ലിം ലീഗ്
4. സി.പി.ഐ.
5. സി.പി.എം.
6. ആർ.എസ്.പി.
7. എസ്.എസ്.പി.

ഈ കാലഘട്ടത്തിൽ നിരവധി സുപ്രധാനമായ രഷ്ട്രീയമാറ്റങ്ങൾക്ക് തുടക്കം കുറിച്ചു.

- ലീഗിന് കേരള രാഷ്ട്രീയത്തിൽ മാന്യത ലഭിച്ചു. ഈ കാലത്തു പണ്ട് വിമോചന സമരകാലത്ത് കൂടെ നിർത്തി സമരം ചെയ്ത കോൺഗ്രസ് പിന്നീട് ജയിച്ചപ്പോൾ വിധം മാറി.
- 1960ൽ കോൺഗ്രസ് ലീഗ് മുന്നണി വിജയം വരിച്ചു അധികാരത്തിൽ എത്തിയപ്പോൾ ലീഗിനു മന്ത്രിസ്ഥാനം പോലും നൽകാതെ അവഗണിക്കുകയായിരുന്നു.
- ഇക്കുറി ലീഗിന് മന്ത്രിസഭയിൽ മന്ത്രിമാരെ ലഭിച്ചു. ചരിത്രത്തിൽ ആദ്യമായി കേരളത്തിൽ മുസ്ലീം ലീഗിന് രണ്ട് മന്ത്രിസ്ഥാനം ലഭിച്ചു.

ലീഡറുടെ ഉദയം:

തൃശൂരിലെ ഒരു പ്രാദേശിക നേതാവ് മാത്രമായിരുന്ന, ഒരു ജില്ലാനേതാവ് ആയിരുന്ന കെ. കരുണാകരൻ മാളയിൽ നിന്ന് വിജയിച്ചു നിയമസഭയിൽ എത്തി ചരിത്രം തിരുത്തി. അതോടൊപ്പം ഒമ്പതംഗ കോൺഗ്രസ് നിയമസഭ അംഗങ്ങളെ നിയന്ത്രിക്കുന്ന ലീഡർ ആവാൻ അലക്സാണ്ടർ പറമ്പിത്തറയ്ക്ക് പകരം കെ. കരുണാകരൻ എന്ന വ്യക്തി വന്നു. അത് പിന്നീട് ലീഡറെന്ന് കേരളം വിളിച്ച വലിയ രാഷ്ട്രീയ

അതികായന്റെ തുടക്കമായിരുന്നു.

അലക്സാണ്ടർ പറമ്പിത്തറ ക്രിസ്ത്യൻ മതവിഭാഗത്തിൽപ്പെടുന്ന ആളായതുകൊണ്ട് ഹിന്ദു പാർലമെന്റ് നേതാവ് വേണം എന്ന ധാരണയിൽ കെ. കരുണാകരന് നറുക്ക് വീണതായിരുന്നു. ആ തീരുമാനം കേരളത്തിൽ കോൺഗ്രസിന്റെ ചരിത്രം തന്നെ മാറ്റിക്കുറിക്കുന്നു.

സുപ്രധാന സർക്കാർ തീരുമാനങ്ങൾ:

- എസ്.എസ്.പി.യുടെ പി.കെ. കുഞ്ഞ് ധനമന്ത്രിയായി സംസ്ഥാനത്ത് ഭാഗ്യക്കുറി നടപ്പിലാക്കി.
- മദ്യനിരോധനം സി.പി.എം. സർക്കാർ പിൻവലിച്ചിരുന്നു. അതിന് എതിരെ മുസ്ലിംലീഗ് വിയോജിച്ചു.
- സർക്കാർ നിയമനങ്ങളിൽ പോലീസ് വെരിഫിക്കേഷൻ നിർത്തലാക്കി.
- സർക്കാർ ജീവനക്കാർക്ക് കേന്ദ്രനിരക്കിൽ ഡി.എ. പ്രഖ്യാപിച്ചു.
- മലപ്പുറം ജില്ല പ്രഖ്യാപിക്കപ്പെടുക എന്നത് ലീഗിന്റെ പ്രധാന ആവശ്യങ്ങളിൽ ഒന്നായിരുന്നു. പ്രശ്നങ്ങൾക്ക് ഒടുവിൽ 1969ൽ മലപ്പുറം ജില്ല രൂപീകരിക്കപ്പെട്ടു.

ഇടതുപക്ഷം മുസ്ലീം പ്രീണനം നടത്തുന്നു എന്ന ആരോപണം ദേശീയതലത്തിൽ തന്നെ നേരിട്ടു. തങ്ങളുടെ പ്രധാന ആവശ്യം നടന്നതോടെ മുസ്ലീംലീഗ് അതോടെ ഐക്യമുന്നണിയെ കൈ ഒഴിയുന്ന അവസ്ഥയും വന്നു.

ഇക്കാലത്തു കേരളത്തിൽ രൂക്ഷമായ ഭക്ഷ്യക്ഷാമം അനുഭവപ്പെട്ടിരുന്നു. ഭക്ഷ്യക്ഷാമം കേന്ദ്ര സർക്കാരിന്റെ സൃഷ്ടിയാണെന്ന് ആരോപിച്ച് ഘരാവോ എന്ന് പുത്തൻ സമരമാർഗ്ഗം കേരളത്തിൽ ആരംഭിച്ചു. സി.പി.എമ്മിലെ ബുദ്ധികേന്ദ്രങ്ങൾ ഭരണവും സമരവും എന്ന പുത്തൻ ആശയവുമായി രംഗത്തുവന്നു ഇ.എം.എസ്. തന്നെയായിരുന്നു അതിന്റെ പിന്നിലും. സംസ്ഥാനം ഭരിക്കുന്ന പാർട്ടി കേന്ദ്രത്തിനെതിരെ സമരം ചെയ്യുക. സമരം തുടങ്ങിയത് ഭക്ഷ്യക്ഷാമം ഉയർത്തിക്കാട്ടിയാണ്. അരിക്ക് വേണ്ടിയുള്ള സമരം. കേന്ദ്രം അരി വേണ്ടത്ര നൽകിയില്ല എന്ന കാര്യം പറഞ്ഞു പ്രതിഷേധിച്ചു.

നക്സൽ ബാരി പിളർപ്പ്

ഈ കാലഘട്ടത്തിൽ തന്നെയാണ് സി.പി.എമ്മിന് ഉള്ളിൽനിന്ന് നക്സൽ ബാരി പിളർപ്പ് ഉണ്ടാവുന്നത്. അത് പാർട്ടിയെ വല്ലാതെ ഉലച്ചു. സി.പി.എമ്മിലെ കെ.പി.ആർ ഗോപാലൻ, കോസല രാമദാസ് എന്നീ രണ്ടു എം.എൽ.എ.മാർ നക്സൽ പ്രസ്ഥാനത്തിലേക്ക് പോയി.

വിദ്യാർത്ഥി പ്രസ്ഥാനമായ കെ.എസ്.എഫിൽ നിന്നും ഫിലിപ്പ് എം. പ്രസാദും. 1968 മുതൽ നക്സൽ ആക്രമണങ്ങൾ കേരളത്തിൽ നടന്നു. ആ ആക്രമണങ്ങളിൽ സർക്കാരും മന്ത്രിസഭയും പരുങ്ങലിലായി.

ഇതേസമയം കോൺഗ്രസിൽ എ.കെ. ആന്റണി എന്ന യുവനേതാവ് ഇന്ദിരയുടെ കടുത്ത അനുയായിയായി മാറുന്നു. സർക്കാരിന് എതിരെ നിരവധി സമരങ്ങൾ അരങ്ങേറി. ഒരുപിടി മരണങ്ങളും ഉണ്ടായി. കേരളമാകെ സമരങ്ങൾ നടന്നു. സമരത്തിൽ അക്രമം പടർന്നു. പോലീസ് നിസ്സഹായരായി നോക്കിനിന്നില്ല.

കാസർഗോഡ് സമരദിവസം പോലീസ് വെടിവപ്പിൽ രണ്ടു വിദ്യാർത്ഥികൾ മരിച്ചു. അതിൽ പ്രതിഷേധിച്ച് കെ.എസ്.യു. സർക്കാരിനെതിരെ രംഗത്ത് വന്നു. സമരത്തിന് മുന്നിലുണ്ടായിരുന്നത് കെ.എസ്.യു പ്രസിഡണ്ടായിരുന്ന ഉമ്മൻചാണ്ടി ആയിരുന്നു.

ഈ കാലഘട്ടത്തിൽ എ.കെ.ജി.യുടെ റെഡ് വളണ്ടിയർമാർ കോൺഗ്രസുകാരുമായി മറ്റും കേരളത്തിന്റെ അങ്ങോളമിങ്ങോളം തെരുവിൽ ഏറ്റുമുട്ടി. തത്ഫലമായി ഭരണപക്ഷത്ത് തന്നെ ചില പൊട്ടിത്തെറികൾ ഉണ്ടായി.

കുറുമുന്നണി

സി.പി.ഐ. എപ്പോഴും നഷ്ടപ്പെട്ട തങ്ങളുടെ ജനകീയ അടിത്തറ വീണ്ടെടുക്കാൻ നോക്കിക്കൊണ്ടേയിരുന്നു. അതിന്റെ ഫലമായി മുന്നണിയിൽ തന്നെ കുറുമുന്നണി രൂപംകൊണ്ടു.

ഭരണമുന്നണിയിലെ നാല് അംഗങ്ങൾ ആയിരുന്നു കുറുമുന്നണിയിൽ ഉണ്ടായിരുന്നത്.

- സി.പി.ഐ
- എസ്.എസ്.പി
- മുസ്ലീം ലീഗ്
- ആർ.എസ്.പി.

കുറുമുന്നണി ഒരുമിച്ചുചേർന്ന് സി.പി.എമ്മിന് എതിരെ തിരിഞ്ഞു. എന്നാൽ അപ്പോഴും ചെറുകക്ഷികളായ കെ.ടി.പി.യും എസ്.പി.യും സി.പി.എമ്മിനൊപ്പം നിന്നു.

കെ.ടി.പി.യുടെ ആരോഗ്യമന്ത്രി വെല്ലിങ്ടണിന് എതിരേ അഴിമതി ആരോപണം പ്രതിപക്ഷം കൊണ്ടുവന്നു. ആരോപണമുന്നയിച്ചത് കേരള കോൺഗ്രസിൽ നിന്നുള്ള കെ.എം. മാണി ആയിരുന്നു. കുറുമുന്നണി അതിനെ പിന്താങ്ങി.

ഒടുവിൽ പോരു തുടങ്ങി. ഒരുവശത്തു സി.പി.എം. എതിർവശത്തു സി.പി.ഐ. സി.പി.ഐ മന്ത്രിയായ ടി.വി. തോമസിനെതിരെയും വ്യവ

സായ നയത്തിനെതിരെയും ആരോപണം ഉയർത്തി. ടി.വി. തോമസ് മന്ത്രിയുടെ വ്യവസായനയത്തിൽ വിദേശനിക്ഷേപം എന്നുള്ളതിൽ സി.പി.എം - സി.പി.ഐ. സംഘർഷം ഉടലെടുത്തു. അതോടൊപ്പംതന്നെ ഇ.എം.എസ് കോടതിയലക്ഷ്യ കേസിൽ ശിക്ഷിക്കപ്പെടുന്ന ഇന്ത്യയിലെ ആദ്യത്തെ മുഖ്യമന്ത്രിയായി.

അവസാനം ആർ.എസ്.പി.യിലെ ശ്രീകണ്ഠൻ നായർ സർക്കാരിനെതിരെ കുറ്റപത്രം ഇറക്കി. ശ്രീകണ്ഠൻ നായർ സി.പി.എമ്മിലെ എല്ലാവരും അഴിമതിക്കാരാണെന്ന് പറഞ്ഞ് കുറ്റപത്രം ഇറക്കി.

ഇന്നലെകളിൽ ഒരുമിച്ച് നിന്നവർ ഇന്ന് പരസ്പരം ചെളി വാരിയെറിയുന്നത് കണ്ട് കേരളം ഞെട്ടി. ഇതേത്തുടർന്ന് ആറ് മന്ത്രിമാർ രാജിവെച്ചു. എം. എൻ. ഗോവിന്ദൻ നായർ, ടി.വി. തോമസ്, സി.എച്ച്. മുഹമ്മദ്കോയ, അവുകാദർകുട്ടിനഹ, പി.ആർ കുറുപ്പ്, ടി.കെ. ദിവാകരൻ.

1969 ഒക്ടോബർ 17 സി.പി.ഐ.യിലെ ടി.എ. മജീദ്, കെ.എസ്.പിയിലെ മത്തായി മാഞ്ഞൂരാനും സി.പി.ഐ.എം മന്ത്രിമാർക്കും എതിരെ അഴിമതി ആരോപണം ഉന്നയിച്ചു. അവർക്കെതിരെയെല്ലാം അന്വേഷണം നടത്തണമെന്ന് ആവശ്യപ്പെട്ടു നിയമസഭയിൽ പ്രമേയം അവതരിപ്പിച്ചു. ഫലത്തിൽ സർക്കാരിനെതിരെയുള്ള അവിശ്വാസപ്രമേയം ആയിമാറി അത് പാസായി. ഇ.എം.എസ് മന്ത്രിസഭ രാജിവെച്ച് ഒരാഴ്ചയ്ക്കുശേഷം എം.എൻ. ഗോവിന്ദൻ നായർ കോൺഗ്രസ് ഇല്ലാത്ത മന്ത്രിസഭക്ക് കോപ്പുകൂട്ടാൻ തുടങ്ങി.

പുതിയ മന്ത്രിസഭ

പുതിയ മന്ത്രിസഭ സി.പി.ഐയുടെ നേതൃത്വത്തിൽ രൂപംകൊണ്ടു. എസ്. എ. ഡാങ്കെ മുസ്ലീം ലീഗിന് എതിരെയുള്ള നിലപാടുകൾ മാറ്റുന്നു. അതോടെ സി.പി.ഐ. ലീഗ് ബന്ധം ഉഷാറാവുന്നു. എം.എൻ. ഗോവിന്ദൻ നായർ ആയിരുന്നു ബുദ്ധികേന്ദ്രം. അങ്ങനെ 1969 നവംബർ 1 കേരളപ്പിറവി ദിനത്തിൽ അച്യുതമേനോൻ മുഖ്യമന്ത്രിയായി അധികാരത്തിൽ വന്നു.

ആദ്യം കുറുമുന്നണിയും പിന്നെ കോൺഗ്രസിന്റെ സഹായത്തോടുകൂടി സി.പി.ഐ. അധികാരത്തിൽ വന്നു. സി.പി.ഐയുടെ ഈ നീക്കം സി.പി.എം.നെ വല്ലാതെ ചൊടിപ്പിച്ചു. മുഖ്യമന്ത്രിയായ ശേഷം സി.പി.ഐ. നിയമസഭാംഗം അല്ലാതിരുന്ന അച്യുതമേനോൻ കൊട്ടാരക്കരയിൽ നിന്നും ജയിച്ചു നിയമസഭയിൽ വന്നു. എട്ടുമാസം മാത്രമായിരുന്നു മന്ത്രിസഭയുടെ ആയുസ്സ്. 1970 ആഗസ്ത് 1 വരെയായിരുന്നു ആദ്യ അച്യുതമേനോൻ സർക്കാർ. പി.ആർ. കുറുപ്പുമായി ബന്ധപ്പെട്ട് ഈ മുന്നണി

അച്യുതമേനോൻ മന്ത്രിസഭയിലെ അംഗങ്ങൾ

യിലെ കക്ഷികൾ തമ്മിൽ പ്രശ്നങ്ങൾ ഉടലെടുക്കുന്നു. ആ ഭിന്നത രൂക്ഷമായി തുടരുന്നു. അവസാനം മുഖ്യമന്ത്രി അച്യുതമേനോൻ രാജി വച്ചു. മന്ത്രിസഭ പിരിച്ചുവിട്ടു!

1970 ഇലക്ഷൻ
വലിയ ഏഴ് വർഷങ്ങൾ

പിളരുന്ന കോൺഗ്രസ്

1970 തിരഞ്ഞെടുപ്പിലേക്ക് പോകുമ്പോൾ ദേശീയതലത്തിൽ തന്നെ കോൺഗ്രസിനു ചില മാറ്റങ്ങൾ വന്നിരുന്നു. 1969ൽ കോൺഗ്രസ് പിന്നെയും പിളർന്നു. അന്നത്തെ കോൺഗ്രസ് പ്രസ്ഥാനവും ഇൻഡിക്കേറ്റും സിൻഡിക്കേറ്റും ആയിട്ട് ദേശീയതലത്തിൽ തന്നെ തരംതിരിക്കപ്പെട്ടു. പ്രധാനമന്ത്രി ഇന്ദിരാഗാന്ധിയുടെ നേതൃത്വത്തിൽ യുവ കോൺഗ്രസ് ഇൻഡിക്കേറ്റ് ആയി മാറുന്നു. അതായതു യുവനിര ഏകദേശം ഇന്ദിരയുടെ കൂടെ എന്നാണ് സാരം.

എന്നാൽ അന്നത്തെ ഉപപ്രധാനമന്ത്രി മൊറാർജി ദേശായിയുടെ നേതൃത്വത്തിൽ പഴയ കോൺഗ്രസുകാർ സിൻഡിക്കേറ്റ് ആയ് മാറുന്നു.

കേരളത്തിലും കോൺഗ്രസ് പിളർന്നു. കേരളത്തിലെ ഭൂരിപക്ഷം പേരും ഇന്ദിരയുടെ ഒപ്പം നിന്നു എന്നതാണ് വസ്തുത. ഇന്ദിര ഗ്രൂപ്പിനൊപ്പം കേരളത്തിലെ യൂത്ത് കോൺഗ്രസ്, കെ.എസ്.യു. എന്നിവരും കൂടെ കൂടി. പനമ്പള്ളി ഗോവിന്ദ മേനോൻ, ആർ ശങ്കർ, കെ.കെ. വിശ്വനാഥൻ, സി.എം. സ്റ്റീഫൻ തുടങ്ങിയവരും അവസാനമായി ഗ്രൂപ്പിൽ ചേർന്നു. കേരളത്തിന്റെ ഭാവി ലീഡർ കെ. കരുണാകരനും. മൊറാർജി ദേശായിയുടെ കൂടെ കേരളത്തിൽ നിന്നവർ വളരെ കുറച്ചുപേർ മാത്രമായിരുന്നു, കെ.സി. എബ്രഹാം, ടി.ഒ. ബാവ, ശങ്കരനാരായണൻ തുടങ്ങിയ നേതാക്കൾ.

1970കളിലെ നിയമസഭാ തിരഞ്ഞെടുപ്പ്

ഒരു ത്രികോണമത്സരം ആയിരുന്നു 1970ന്റെ പ്രത്യേകത.

- ഒരു വശത്ത് സി.പി.എമ്മും കൂടെ ചെറുപാർട്ടികളും ചേർന്ന് ഒരു

മുന്നണി.

• മറുതലയ്ക്കൽ കോൺഗ്രസും സി.പി.ഐ.യും അടങ്ങുന്ന മുന്നണി.

• ഈ രണ്ടു കൂട്ടരെയും എതിർത്തു മൂന്നാമതായി ഒരു മുന്നണി

കേരള കോൺഗ്രസും സംഘടനാ കോൺഗ്രസും ഒക്കെ ചേർന്ന് ജനാധിപത്യമുന്നണി. എന്നാൽ കോൺഗ്രസ് മുന്നണി ഇന്ദിരാഗാന്ധിയുടെ നേതൃത്വത്തിൽ കേരളത്തിൽ പ്രചരണം പൊടിപൊടിച്ചു.

1970ലെ തിരഞ്ഞെടുപ്പിൽ നിയമസഭാഫലം വന്നപ്പോൾ കോൺഗ്രസ്-സി.പി.ഐ. കൂട്ടുകെട്ട് ആയിരുന്നു വിജയം കണ്ടത്. ഈ തിരഞ്ഞെടുപ്പിൽ സി.പി.ഐ.യുടെ സഹായത്തോടെ 56 സീറ്റിൽ കോൺഗ്രസ് മത്സരിച്ചു. 72 സീറ്റിൽ കോൺഗ്രസ് സി.പി.ഐയെ പിന്തുണച്ചു.

തിരഞ്ഞെടുപ്പ് കക്ഷിനില:
കോൺഗ്രസ് 32
മാർക്സിസ്റ്റ് പാർട്ടി 28
സി.പി.ഐ. 16

കേരളത്തിൽ ആദ്യമായി ഭരണത്തുടർച്ച വന്നു. 1970 തിരഞ്ഞെടുപ്പിൽ കേരളത്തിലെ ആദ്യത്തെ ഭരണത്തുടർച്ചയ്ക്കാണ് അന്ന് കേരളം സാക്ഷ്യം വഹിച്ചത്.

വീണ്ടും മുഖ്യമന്ത്രിയായി അച്യുതമേനോൻ

ഭരണ കാലാവധി കഴിഞ്ഞും അധികാരത്തിൽ തുടർന്ന ഒരു സർക്കാർ ആയിരുന്നു അച്യുതമേനോൻ നേതൃത്വം നൽകിയ 1970 മുതൽ 77 വരെയുള്ള കാലം. അച്യുതമേനോന്റെ രണ്ടാംവരവിൽ മന്ത്രിസഭയിൽ ആദ്യം കോൺഗ്രസ് പങ്കാളിയായിരുന്നില്ല. പുറത്തുനിന്ന് പിന്തുണ ചെയ്യുന്ന ഒരു രീതിയായിരുന്നു കോൺഗ്രസ് അവലംബിച്ചുപോന്നത്.

തുടർന്ന് അടുത്തവർഷം 1971ലെ പാർലമെന്റ് തിരഞ്ഞെടുപ്പ് നടന്നു. കോൺഗ്രസിന്റെ മിന്നും വിജയം ആയിരുന്നു കാണാൻ സാധിച്ചത്. ആ മിന്നും വിജയത്തോടെ കോൺഗ്രസ് മന്ത്രിസഭയിലേക്ക് വന്നു. കെ. കരുണാകരൻ അടക്കം അഞ്ച് മന്ത്രിമാർ.

അന്ന് പരിണിതപ്രജ്ഞനായ ഏറമ്പാല കൃഷ്ൻ നായനാർ എന്ന നായനാർക്കെതിരെ അന്നത്തെ പുതുമുഖമായ കടന്നപ്പള്ളി രാമചന്ദ്രൻ കാസർഗോഡ് നിന്നും അട്ടിമറി വിജയം നേടി.

സമരകേരളം

സമരങ്ങളുടെ ഒരു കാലഘട്ടം കൂടിയായിരുന്നു എഴുപതുകളുടെ തുടക്കം. വിദ്യാഭ്യാസ പരിഷ്കാരമായിരുന്നു ഈ സമരക്കാരുടെ പ്രധാന ആവശ്യമായി അവർ ഉന്നയിച്ചത്.

സമരക്കാരുടെ പ്രധാന ആവശ്യങ്ങൾ

1. ഫീസ് ഏകീകരണം
2. അധ്യാപകർക്ക് നേരിട്ടുള്ള ശമ്പളം

ഈ ആവശ്യങ്ങൾ മുന്നിൽ കാണിച്ചു അധ്യാപകരും വിദ്യാർത്ഥികളും സർക്കാരിനെതിരെ തെരുവിൽ സമരം ചെയ്തു. സർക്കാരിനു കോളേജുകളുടെമേൽ അധികാരം വേണമെങ്കിൽ സമരക്കാരുടെ ആവശ്യം നടപ്പിൽ വരുത്താം എന്ന് പറഞ്ഞ് സർക്കാർ ഒഴിഞ്ഞുമാറാൻ ശ്രമിച്ചു. എന്നാൽ ആ നീക്കം മാനേജ്മെന്റിനെ വല്ലാതെ ചൊടിപ്പിച്ചു. മാനേജ്മെന്റ് ഈ സമരത്തിനെതിരെയും സർക്കാരിനെതിരെയും പതിവുപോലെ കേരളത്തിലങ്ങോളമിങ്ങോളം എതിർപ്പുമായി രംഗത്തുവന്നു.

മാനേജ്മെന്റിനുവേണ്ടി അന്ന് 1957ലെ സമരങ്ങളുടെ ഓർമ്മയിൽ പള്ളിയും നായരും എല്ലാം ചേർന്ന് സമരത്തിനിറങ്ങിപ്പുറപ്പെട്ടു. മാനേജ്മെന്റിനും സ്ഥാപന ഉടമകൾക്കുംവേണ്ടി ശബ്ദിക്കാൻ വിമോചന സമരത്തേക്കാൾ മോശം പ്രസംഗങ്ങളുമായി മെത്രാന്മാർ രംഗത്തുവന്നു.

തൃശൂരിൽ സർക്കാരിനെതിരെ ഫാദർ ബിഷപ്പ് ജോസഫ് കുണ്ടുകളം ഒരു പ്രസംഗം നടത്തി.

“ന്യൂനപക്ഷങ്ങളുടെ ന്യൂനപക്ഷ അവകാശങ്ങളെ ഇല്ലാതാക്കാൻ ശ്രമിച്ചാൽ കുറുവടി കൊണ്ടല്ല മറുപടി പറയുക. പകരം മഴുത്താര കൊണ്ടായിരിക്കും മറുപടി.”

ബിഷപ്പിനോട് അന്നത്തെ കേരളത്തിലെ കോൺഗ്രസിന്റെ യുവരക്തം ഉമ്മൻചാണ്ടി മറുപടി പറഞ്ഞു:

“വാളെടുത്തവൻ വാളാൽ മരിക്കും.”

എ.കെ. ആന്റണി പറഞ്ഞത്, ‘പുതിയ തലമുറയെ ആരും വിലകുറച്ച് കാണരുത്’ എന്ന രീതിയിലും ആയിരുന്നു.

കോൺഗ്രസ് യുവതുർക്കികൾ ഉദയം ചെയ്ത ഒരു കാലഘട്ടം കൂടി

യാണിത്.

വയലാർ രവി, എ.കെ. ആന്റണി, വി.എം. സുധീരൻ, ഉമ്മൻചാണ്ടി, പി.സി. ചാക്കോ, കെ.സി. ജോസഫ് തുടങ്ങിയ യുവനേതാക്കൾ സർക്കാരിന് എതിരെനിന്ന മാനേജ്മെന്റുകൾക്ക് എതിരെയും മെത്രാന്മാർക്കെതിരെയും പരസ്യമായി രംഗത്ത് വന്നു.

അക്കാലഘട്ടത്തിൽ ബദൽ കോളേജ് എന്ന ആശയവുമായി തിരുവനന്തപുരത്ത് പുതിയ നീക്കങ്ങൾ നടന്നു. വിദ്യാഭ്യാസസ്ഥാപനങ്ങൾ അടച്ചിട്ട് വിദ്യാഭ്യാസം മുടക്കിയ മാനേജ്മെന്റ് സമരം തടയാൻ വിദ്യാർത്ഥികൾക്കായി വിദ്യാർത്ഥികൾ നടത്തുന്ന ഒരു കോളേജ് തിരുവനന്തപുരത്ത് നിലവിൽ വന്നു. മാനേജ്മെന്റുകൾ അതിനെ കളിയാക്കി അന്തോണിവിലാസം ഷെഡ് കോളേജ് എന്ന് വിളിച്ചു. അക്കാലത്ത് യൂണിവേഴ്സിറ്റി യൂണിയൻ ചെയർമാനായ തിരുവഞ്ചൂർ രാധാകൃഷ്ണൻ ആയിരുന്നു ഇതിന് പിന്നിൽ.

ഇതിനിടയ്ക്ക് സമരങ്ങൾ മൂർച്ഛിച്ചു. തിരുവല്ലയിൽ വച്ച് എ.കെ. ആന്റണിക്ക് മാനേജ്മെന്റ് നടത്തിയ സമരത്തിനിടയിൽചെന്ന് പെട്ട് അടികിട്ടി, പരുക്കേറ്റു. കോൺഗ്രസ് നേതൃത്വം ഇടപെട്ട് സമരം ഒത്തുതീർപ്പിലാക്കി.

എന്തൊക്കെയായാലും ഒടുവിൽ മാനേജ്മെന്റിന് അനുകൂലമായ തീരുമാനങ്ങൾ സർക്കാർ എടുത്തു. മാനേജ്മെന്റ് സമരം ഒരുവിധം നേരെയാക്കിവരുമ്പോൾതന്നെ അച്യുതമേനോൻ സർക്കാരിന് മുന്നിലേക്ക് അടുത്ത സമരവുംവന്നു.

സർക്കാർ ജീവനക്കാർ സമരം ആരംഭിച്ചു. ഓഫീസ് ഗസറ്റഡ് റാങ്കിലുള്ളവർ ശമ്പളവർദ്ധനവ് ആവശ്യപ്പെട്ടു.

'ഉള്ളവന് കൂടുതൽ കൊടുക്കില്ല' എന്ന് അച്യുതമേനോൻ സർക്കാർ തീർത്തുപറഞ്ഞു.

അതേത്തുടർന്ന് പലപല അക്രമസമരങ്ങൾ.. പ്രതിപക്ഷ പ്രക്ഷോഭം. ക്രമസമാധാനപ്രശ്നം അച്യുതമേനോൻ സർക്കാരിന് വലിയൊരു തലവേദനയായി. ഏറ്റവും പ്രധാനപ്രശ്നം സമരക്കാരും പോലീസും പരസ്പരം കേരളത്തിന്റെ തെരുവുകളിൽ നിരന്തരമായി ഏറ്റുമുട്ടി. വളരെ കലുഷിതമായ ഒരു കാലഘട്ടമായിരുന്നു എഴുപതുകളുടെ തുടക്കം മുതൽ അച്യുതമേനോൻ എന്ന മുഖ്യമന്ത്രിയെ കാത്തിരുന്നത്.

എഴുപതുകളിലെ സി.പി.എം.

ഇക്കാലയളവിൽ ജനകീയ അടിത്തറ വികസിപ്പിക്കാൻ സി.പി.എം. മുന്നോട്ടുവന്നു, വലിയ ജനകീയ സമരങ്ങളുമായി. മിച്ചഭൂമി സമരം ആയി

രുന്നു അതിൽ ഏറ്റവും പ്രധാനം. എ.കെ.ജി. തിരുവനന്തപുരം മുടവൻമുകൾ കൊട്ടാരത്തിൽ കയറിയതും മറ്റും കേരളത്തിൽ വലിയ രാഷ്ട്രീയ ചർച്ചാവിഷയങ്ങളായി.

മുസ്ലീം ലീഗ് പിളർപ്പ്

മന്ത്രിയായ സിഎച്ചും (മുഹമ്മദ് കോയയും) അഖിലേന്ത്യാ പ്രസിഡണ്ട് ബാഫഖി തങ്ങളും തമ്മിൽ പാർട്ടിക്കുള്ളിൽ ഭിന്നത ഉടലെടുത്തു.

ഇന്നത്തെപ്പോലെയൊക്കെ തന്നെ ബാഫഖി തങ്ങൾ സിഎച്ചിനെ കൊണ്ട് മന്ത്രിസഭയിൽനിന്ന് രാജിവെപ്പിച്ച്, ലോകസഭയിലേക്ക് മത്സരിപ്പിച്ചു. 1973ൽ ഹജ്ജിനു പോയ ബാഫഖി തങ്ങൾ മരണപ്പെട്ടു. അതും സൗദി അറേബ്യയിൽവച്ച്.

മുസ്ലീംലീഗിന് പുതിയ പ്രസിഡണ്ടായി പാണക്കാട് പൂക്കോയ തങ്ങൾ വന്നു. എന്നാൽ പുതിയ ലീഗ് പ്രസിഡണ്ട് പൂക്കോയ തങ്ങൾ എല്ലാ കാര്യങ്ങളിലും സിഎച്ച് മുഹമ്മദ് കോയക്കൊപ്പം നിന്നു. അതേത്തുടർന്ന് 1975ൽ അന്നത്തെ സ്പീക്കർ ആയിരുന്ന മൊയ്തീൻകുട്ടി ഹാജിയും ആറ് എം.എൽ.എ.മാരും ലീഗിൽനിന്ന് സി.പി.എം പക്ഷത്തേക്ക് പോയി. ലീഗ് പിളർന്നു, അഖിലേന്ത്യാ ലീഗ് എന്ന പുതിയ സംഘടന ഉണ്ടായി.

ഹൈക്കോടതിവിധി

1975 ജൂൺ 12ന് അലഹബാദ് ഹൈക്കോടതിയിൽനിന്ന് ഒരു വിധി വന്നു. സോഷ്യലിസ്റ്റ് നേതാവായിരുന്ന രാജ് നാരായണൻ നൽകിയ ഹർജിയിൽ ജസ്റ്റിസ് ജഗ്മോഹൻ ലാൽ സിംഹ വിധി പറഞ്ഞു.

'ഇന്ദിരാഗാന്ധിയുടെ തിരഞ്ഞെടുപ്പ് അസാധുവാക്കി ഉത്തരവിട്ടു.'

ദേശീയതലത്തിൽ സമരക്കാർ ഇന്ദിരയുടെ രാജി ആവശ്യപ്പെട്ടു രംഗത്തുവന്നു. ജയപ്രകാശ് നാരായണന്റെ നേതൃത്വത്തിൽ ഇന്ദിരയുടെ രാജിക്ക് വേണ്ടിയുള്ള സമരം പ്രതിപക്ഷം ആളിക്കത്തിച്ചു. ഇന്ദിരാഗാന്ധി ഈ കേസിൽ ഹർജി നൽകി. വെക്കേഷൻ ജഡ്ജിയായ ജസ്റ്റിസ് വി.ആർ. കൃഷ്ണയ്യർ ആയിരുന്നു ഹർജി കേട്ടത്. വിധി പ്രതികൂലമായി.

അവസാനം മന്ത്രിസഭ പോലും അറിയാതെ പ്രധാനമന്ത്രി ഇന്ദിര നൽകിയ അടിയന്തരാവസ്ഥ പ്രഖ്യാപന ശുപാർശയ്ക്ക് രാഷ്ട്രപതി ഫക്രുദീൻ അലി ഒപ്പിട്ടു.

ഇന്ത്യയിൽ അടിയന്തരാവസ്ഥ

പത്രങ്ങൾക്കുമേൽ, ജനങ്ങൾക്കുമേൽ, ജനങ്ങളുടെ സ്വാതന്ത്ര്യത്തിനുമേൽ സർവ്വതലത്തിലും ഭരണകൂടം സ്പോൺസർ ചെയ്ത ഒരു ഭീകരതയുടെ കാലം, അതായിരുന്നു അടിയന്തരാവസ്ഥ കാലഘട്ടം.

പത്രങ്ങൾ പലതും പ്രതിഷേധിച്ചു. പലരും എഡിറ്റോറിയൽ എഴുതിയില്ല. കോളങ്ങൾ ഒഴിച്ചിട്ട് രാജ്യമൊട്ടാകെ പ്രതിഷേധിച്ചു. ഇന്ദിരയുടെ 'നാവടക്കൂ പണിയെടുക്കൂ' എന്ന മുദ്രാവാത്യം ഒന്നടങ്കം മുഴങ്ങിക്കേട്ടു.

ഈ കാലഘട്ടത്തിൽ കേരളത്തിൽ സി.പി.ഐ. മുഖ്യമന്ത്രിയായ അച്യുതമേനോൻ അടിയന്തരാവസ്ഥയ്ക്ക് എതിരായി ഒന്നും മിണ്ടാതെ മൗനം പാലിച്ചു. മഹാകവി വൈലോപ്പിള്ളി അതിനെതിരെ കവിതയെഴുതി. അച്യുതമേനോനെ മുന്നിൽ വെച്ചുകൊണ്ട്. 'മിണ്ടുക മഹാ

മാതൃഭൂമി

അടിയന്തരാവസ്ഥ പ്രഖ്യാപിച്ചു

ന്യൂഡൽഹി, ജൂൺ 26-ആഭ്യന്തരമായ അസ്വാസ്ഥ്യങ്ങൾ ഇന്ത്യയുടെ ഭദ്രതയെ ഭീഷണിപ്പെടുത്തുന്നതിനാൽ ഭരണഘടനയുടെ 352-ാം വകുപ്പനുസരിച്ച് പ്രസിഡണ്ട് ഇന്നു അടിയന്തരാവസ്ഥ പ്രഖ്യാപിച്ചിരിക്കുന്നു.

നാട്ടിന്റെ ഭദ്രത അപകടത്തിലാവുന്നതു നോക്കി നിൽക്കാനാവില്ല: ഇന്ദിര

ചന്ദ്രശേഖർ സസ്പെൻഷനിൽ

മുനേ' എന്ന പേരിൽ.

അച്യുതമേനോൻ മന്ത്രിസഭ ഇന്ദിരഗാന്ധിക്ക് മുന്നിൽ നല്ലവണ്ണം അച്ചടക്കം പാലിച്ചു. അന്നത്തെ പത്രങ്ങൾക്ക് മുകളിൽ സർക്കാർ ഇടപെട്ട് സെൻസർമാരെ കാവലേർപ്പെടുത്തി. അടിയന്തരാവസ്ഥയിൽ അഭ്യന്തരമന്ത്രിയായിരുന്ന കെ. കരുണാകരൻ, കോൺഗ്രസിലെ യുവതുർക്കി എ.കെ. ആന്റണി എന്നിവർ ഇന്ദിരയ്ക്ക് പരിപൂർണ്ണമായ പിന്തുണ പ്രഖ്യാപിച്ചു.

അടിയന്തരാവസ്ഥയോടുകൂടി കേരളത്തിലെ ഭരണത്തിൽ പോലീസിനായി പരമപ്രാധാന്യം. അതുകൊണ്ടുതന്നെ മുഖ്യമന്ത്രി അച്യുതമേനോനേക്കാൾ കെ. കരുണാകരൻ എന്ന ആഭ്യന്തരമന്ത്രി ഭരണചക്രം തിരിച്ചു. ഭരണകേന്ദ്രം കെ. കരുണാകരൻ ആയി മാറി.

ഇ.എം.എസ്., എ.കെ.ജി. തുടങ്ങിയ ഇടതുപക്ഷ നേതാക്കൾ ഇക്കാലഘട്ടത്തിൽ അറസ്റ്റ് ചെയ്യപ്പെട്ടു. പ്രതിഷേധിച്ച മറ്റു പാർട്ടികളിലെ മുതിർന്ന നേതാക്കളെയെല്ലാം അറസ്റ്റ് ചെയ്തു തടങ്കലിലാക്കി.

ഇ.എം.എസിന്റെ ഒരു പ്രധാന വാചകം പ്രസിദ്ധമാണ്. "മുഖ്യമന്ത്രി അച്യുതമേനോൻ ആണെങ്കിലും മന്ത്രി മുഖ്യൻ കരുണാകരനാണ്' എന്ന്.

അക്കാലത്ത് എസ്.എഫ്.ഐയിലെ യുവനേതാക്കൾ സർക്കാരിനും കോൺഗ്രസിനും എതിരെ കത്തിക്കയറി. പ്രതിഷേധിച്ച നേതാക്കളായ കോടിയേരി ബാലകൃഷ്ണൻ, എം.എ. ബേബി, എം. വിജയകുമാർ, ജി. സുധാകരൻ തുടങ്ങിയവർ അറസ്റ്റിലായി.

അക്കാലത്ത് എം.എൽ.എ ആയിരുന്നെങ്കിൽപ്പോലും പിണറായി വിജയൻ കൊടിയ പോലീസ് മർദ്ദനത്തിനിരയായി. സാഹിത്യകാരന്മാർ കലാകാരന്മാർ തുടങ്ങി പൊതുമണ്ഡലത്തിൽ പ്രവർത്തിക്കുന്ന എല്ലാവരും കർശനമായി നിരീക്ഷിക്കപ്പെട്ടു. പലരും നിശ്ശബ്ദരാക്കപ്പെട്ടു. ഒരുതരത്തിൽ പറഞ്ഞാൽ അക്ഷരാർത്ഥത്തിൽ ഒരു വെള്ളരിക്കപ്പട്ടണമായി കേരളം മാറി.

പോലീസ് ദിനങ്ങൾ

പോലീസ് മർദ്ദനങ്ങൾക്കും രഹസ്യമുറ പ്രയോഗങ്ങൾക്കും കേൾവികേട്ട നാളുകളായിരുന്നു അടിയന്തരാവസ്ഥ ദിനങ്ങൾ. കേരളത്തിൽ അങ്ങോളമിങ്ങോളം പോലീസിന്റെ നേതൃത്വത്തിൽ നിഷ്ഠൂരമായ പീഡനങ്ങൾ അരങ്ങേറി. അഭ്യന്തരം അതിരുവിട്ട് അഴിഞ്ഞാടി. ആളുകളെ പോലീസ് പിടിച്ചുകൊണ്ടുപോയി മര്യാദ പഠിപ്പിക്കുന്ന ഒരു കാലഘട്ടമായിരുന്നു അത്.

അധികാരത്തിലിരുന്ന കോൺഗ്രസും സി.പി.ഐ.യും മറ്റും അക്കാലത്ത് അടിയന്തരാവസ്ഥയുടെ ഗുണഫലങ്ങൾ നേടിയിരുന്നു. അങ്ങനെ പോലീസുകാരും മറ്റും മര്യാദ പഠിപ്പിക്കാൻ കൊണ്ടുപോയ ഒരു വിദ്യാർത്ഥിയുടെ കഥ കേരള രാഷ്ട്രീയചരിത്രം മാറ്റിമറിച്ചു എന്നതും ഒരു വസ്തുതയാണ്.

അടിയന്തരാവസ്ഥക്കാലത്ത് സർക്കാരിന്റെ അതിരുവിട്ട അഴിഞ്ഞാട്ടത്തിനായി കേരളത്തിൽ പുതിയ പോലീസ് ക്യാമ്പുകൾ നിരവധി വന്നു. ശാസ്തമംഗലം ക്യാമ്പ്, കക്കയം ക്യാമ്പ്, എടപ്പള്ളി ക്യാമ്പ് എന്നിങ്ങനെയുള്ള നിരവധി ക്യാമ്പുകൾ ആളുകളെ മർദ്ദിക്കാൻവേണ്ടിമാത്രമായി പോലീസ് ഒരുക്കി. ക്രൈംബ്രാഞ്ച് പോലീസ് ആണ് ഇതിന് പിന്നിൽ പ്രധാനമായും പ്രവർത്തിച്ചത്. അക്കാലത്തെ പോലീസിന്റെ കുപ്രസിദ്ധമായ ചില പ്രയോഗങ്ങളുണ്ട്. മുളകൊണ്ടുള്ള ഉരുട്ടൽ, കസേര ഇല്ലാത്ത ഇരുത്തം, ഗരുഡൻതൂക്കം, സൂചിപ്രയോഗം തുടങ്ങി ഒരുകൂട്ടം മർദ്ദന പ്രയോഗങ്ങളായിരുന്നു പോലീസിന്റെ കൈവശമുണ്ടായിരുന്നത്.

ഇങ്ങനെ എന്തൊക്കെയായിട്ടും ഒരു കമ്മ്യൂണിസ്റ്റ് മുഖ്യമന്ത്രി എന്ന നിലയിൽ പോലും അച്യുതമേനോൻ എന്ന മുഖ്യമന്ത്രി മൗനം വെടിഞ്ഞില്ല.

രാജൻ എന്ന വിദ്യാർത്ഥി

കോഴിക്കോട് റീജണൽ എൻജിനിയറിങ്ങ് കോളേജ് (ആർ.ഇ.സി.) വിദ്യാർത്ഥിയായിരുന്ന രാജനെ ഒരുദിവസം പോലീസ് സ്റ്റേഷൻ ആക്രമിച്ചു എന്ന പേരുപറഞ്ഞ് കേരള പോലീസ് പിടിച്ചുകൊണ്ടുപോയി.

ഈച്ചരവാര്യർ

രാജൻ

പിന്നീട് അദ്ദേഹത്തെപ്പറ്റി ഒരു വിവരവും ആർക്കും ലഭിക്കാതെയായി.

രാജന്റെ അച്ഛനായ പ്രൊഫ. ഈച്ചരവാര്യർ സ്വന്തം മകനുവേണ്ടി നടത്തിയ പോരാട്ടങ്ങൾ കേരള രാഷ്ട്രീയത്തിൽ വലിയ പ്രത്യാഘാതങ്ങൾ ഉണ്ടാക്കി. ഈച്ചരവാര്യർ ഭരണകേന്ദ്രങ്ങളിൽ ഒരുപാടുനാൾ കേറിയിറങ്ങി. അദ്ദേഹത്തിന് ആരും തൃപ്തികരമായ മറുപടികൾ നൽകിയില്ല. തന്റെ കാണാതായ മകനുവേണ്ടി അദ്ദേഹം പോരാടാൻതന്നെ തീരുമാനിച്ചു.

അടിയന്തരാവസ്ഥക്കാലത്തു പോലീസിന്റെ അക്രമണത്തിൽ ജീവൻ പൊലിഞ്ഞ ഒരുപാട് പേരുണ്ടായിരുന്നു. കക്കുഴിയിലെ കണ്ണൻ, വർക്കലയിലെ വിജയൻനായർ, തിരൂരങ്ങാടിയിലെ സഫിയ, കൊമ്മേരി രാമൻ, പേട്ടയിലെ ശ്രീനിവാസൻ ഇങ്ങനെ തുടങ്ങി മരിച്ചും പിന്നീട് കാണാതായും ഒരുപാടുപേർ. എത്രപേർ മരിച്ചു, എത്രപേർ ജീവച്ഛവങ്ങളായി. ഒന്നിനും വ്യക്തമായ, കൃത്യമായ കണക്കില്ല.

കോൺഗ്രസിൽനിന്ന് അടിയന്തരാവസ്ഥയെ എതിർത്തത് എം.എ. ജോൺ മാത്രമായിരുന്നു. കോൺഗ്രസിൽനിന്ന് വിട്ട് അദ്ദേഹം പരിവർത്തനവാദി കോൺഗ്രസ് എന്ന പാർട്ടിയുണ്ടാക്കി. അതോടുകൂടെ കെ. കരുണാകരന്റെ പോലീസ് എം.എ. ജോണിനെ പൊക്കിയെടുത്തു ജയിലിലടച്ചു.

ആന്റണിയുടെ ശബ്ദം

അടിയന്തരാവസ്ഥയിൽ കെ. കരുണാകരന്റെ പോലീസ് അഴിഞ്ഞാടിയതിന്റ ഫലമായി കേരളരാഷ്ട്രീയത്തിൽ കെ. കരുണാകരൻ ഒരു അതികായനായി മാറി.

കരുണാകരന്റെ ഈ പോക്കും അടിയന്തരാവസ്ഥയുടെ മറ്റു കാര്യങ്ങളും മുന്നിൽക്കണ്ട എ.കെ. ആന്റണി എന്ന രാഷ്ട്രീയക്കാരൻ പതിയെ കരുണാകരന്റെ എതിർപക്ഷത്തേക്കു മാറുന്നു.

കേരളത്തിലും ഇന്ത്യ ഒട്ടുക്കും 'ഇന്ത്യയാണ് ഇന്ദിര, ഇന്ദിരയാണ് ഇന്ത്യ' എന്ന മുദ്രാവാക്യം കോൺഗ്രസുകാർ ഉറക്കെ ഏറ്റുവിളിച്ചു.

1976 നവംബർ 21 എഐസിസി സമ്മേളനം നടക്കുന്ന അസമിൽവച്ച് എല്ലാവരും ഇന്ദിരയെ പുകഴ്ത്തി. എന്നാൽ എ.കെ. ആന്റണി എന്ന നേതാവ് ഇന്ദിരയെ എതിർത്തുകൊണ്ട് രംഗത്തുവന്നു.

ഇക്കാരണങ്ങൾകൊണ്ട് തന്നെ ആദർശധീരനായ എ.കെ. ആന്റണി കേരളത്തിലെ കോൺഗ്രസിന് എതിരായി എന്ന ഒരു അവസ്ഥയും വന്നു.

കേരള കോൺഗ്രസ് രാഷ്ട്രീയം

അടിയന്തരാവസ്ഥ കാലത്ത് തന്നെ പ്രതിപക്ഷത്ത് ഉണ്ടായിരുന്ന കേരള കോൺഗ്രസ് ഭരണപക്ഷത്തേക്ക് പോയി വീണ്ടും കേരളത്തെ ഞെട്ടിച്ചു. അടിയന്തരാവസ്ഥയെ കേരള കോൺഗ്രസ് ആദ്യം എതിർത്തിരുന്നു. കെ.എം. ജോർജ്, ആർ ബാലകൃഷ്ണപിള്ള എന്നിവരൊക്കെ ആദ്യം എതിർത്തുനിന്നു. പിന്നീട് പോലീസിൽ നിന്ന് നല്ല മർദ്ദനവും കുറേക്കാലം ജയിലിൽ കിടക്കണം എന്നും വന്നപ്പോൾ കൂറുമാറി പ്രതിപക്ഷത്തുനിന്ന് നേരെ മന്ത്രിസഭയിൽ എത്തി.

കേരള കോൺഗ്രസ് ഈ സമയത്തു ഭരണത്തിൽ കയറി. അന്നത്തെ പാർട്ടി ചെയർമാൻ ആയിരുന്ന കെ.എം. ജോർജ്ജ് മന്ത്രിയായില്ല. കെ.എം. മാണിയുടെ കളികളായിരുന്നു ഇതിനു പിന്നിൽ എന്ന് പലരും പറയുന്നു. മുന്നണിയിൽ എത്തിയ കേരള കോൺഗ്രസിന് രണ്ട് മന്ത്രിമാർ, കെ.എം.മാണിയും ബാലകൃഷ്ണപിള്ളയും. ധനകാര്യം കെ.എം. മാണിക്ക് ലഭിച്ചു. അന്ന് കൈവന്നതാണ് പാലാക്കാരുടെ മാണിസാറിന്റെ ധനകാര്യം.

മന്ത്രിസഭയിൽ വന്നതോടെ തന്നെ കെ.എം. മാണിയും കെ.എം. ജോർജ്ജും തമ്മിൽ അഭിപ്രായവ്യത്യാസങ്ങളും ഉടലെടുത്തു. കുറച്ചു പ്രശ്നങ്ങൾക്കൊടുവിൽ പിന്നീട് ഒരു മന്ത്രിയായിരുന്ന ബാലകൃഷ്ണ പിള്ള രാജിവെച്ചു. പകരം കെ.എം. ജോർജ് മന്ത്രിയായി. ബാലകൃഷ്ണ പിള്ള കെ.എം. ജോർജിനു പകരം പാർട്ടി ചെയർമാനായി. 1976 ഡിസംബർ 11ന് കെ.എം. ജോർജ് അന്തരിച്ചു.

മൃതദേഹവുമായി തിരുവനന്തപുരത്തുനിന്ന് മൂവാറ്റുപുഴയ്ക്ക് പോയ വിലാപയാത്രയിൽ തന്നെ മാണിയും ബാലകൃഷ്ണപിള്ളയും തമ്മിൽ വാക്കുതർക്കമുണ്ടായി. കേരള കോൺഗ്രസ് പുതിയ തലത്തിലേക്ക് കാര്യങ്ങൾ നീങ്ങി.

ആർ.എസ്.പി. പിളരുന്നു

ടി.കെ. ദിവാകരൻ, ബേബിജോൺ എന്നിവർ മന്ത്രിസഭയിൽ മന്ത്രിമാർ. ദേശീയതലത്തിൽ സി.പി.എമ്മിനൊപ്പം പങ്കാളികൾ. കേരളത്തിൽ കോൺഗ്രസിനൊപ്പം പങ്കാളികൾ. ഇത് ദഹിക്കാത്ത ആർ.എസ്.പി ദേശീയ നേതൃത്വം ഇടപെട്ടു. തിരുത്താൻ ആവശ്യപ്പെട്ട് ആ കൊച്ചു പാർട്ടി പിളർന്നു. ദേശീയപാർട്ടി വിട്ട് ആർ.എസ്.പി. കേരള ആർ.എസ്.പി.യായി മാറി. 1977ൽ ലോകസഭ പിരിച്ചുവിട്ട് ഇലക്ഷൻ നടത്താൻ ഇന്ദിരാഗാന്ധി പ്രഖ്യാപിച്ചു. 1975ൽ കാലാവധി കഴിഞ്ഞ രണ്ടുവർഷം കൂടെ ഭരിച്ച ശേഷം കേരളത്തിലെ അച്യുതമേനോൻ ഗവൺമെന്റ് തിരഞ്ഞെടുപ്പിലേക്ക് നീങ്ങി.

1977 ഇലക്ഷൻ
രാഷ്ട്രീയ ചാഞ്ചാട്ടങ്ങൾ

ഇന്ത്യയുടെ വിധിയെഴുത്ത്

അടിയന്തരാവസ്ഥയുടെ ശരിയും തെറ്റും കണ്ടുപിടിക്കാൻ വേണ്ടിയുള്ള ഒരു തിരഞ്ഞെടുപ്പായിരുന്നു 1977ൽ നടന്നത്. കേരളവും കേന്ദ്രവും ഒരുമിച്ച് ബൂത്തിലേക്ക് പോയ വർഷം.

'അടിയന്തരാവസ്ഥ അറബിക്കടലിൽ' എന്ന മുദ്രാവാക്യവുമായി സി.പി.എം. കേരളത്തെ പ്രകമ്പനം കൊള്ളിച്ചു. എല്ലാവരേയും ഞെട്ടിച്ചുകൊണ്ടായിരുന്നു കേരളത്തിലെ ജനങ്ങൾ അടിയന്തരാവസ്ഥയെ വിലയിരുത്തിയത്. ഈ തിരഞ്ഞെടുപ്പിൽ ദേശീയതലത്തിൽ ഏറെ കൊട്ടിഘോഷിക്കപ്പെട്ട കോൺഗ്രസിന്റെ കോട്ടകൊത്തളങ്ങൾ ഒരു ചീട്ടുകൊട്ടാരം പോലെ തകർന്നടിഞ്ഞു. ശക്തികേന്ദ്രമായ റായ്ബറേലിയിൽ ഇന്ദിരാഗാന്ധി തോറ്റു. കേന്ദ്രത്തിൽ കോൺഗ്രസ് അമ്പേ പരാജയപ്പെട്ടു. കനത്ത തോൽവി അതായിരുന്നു കോൺഗ്രസിന് ഇന്ത്യ നൽകിയ മറുപടി. ആദ്യമായി കേന്ദ്രത്തിൽ കോൺഗ്രസ് ഇതര മന്ത്രിസഭ വരുന്നതും ഈയൊരു തിരഞ്ഞെടുപ്പോടുകൂടിയാണ്.

കേരള നിയമസഭാ തിരഞ്ഞെടുപ്പ്

തിരഞ്ഞെടുപ്പിലെ കേരളത്തിലെ വിധിയെഴുത്ത് കൊണ്ടാണ് കേരളം ഒരു വഴിക്കും ഇന്ത്യ വേറൊരു വഴിക്കും സഞ്ചരിക്കുന്ന ധാരകൾ ആണെന്നുള്ള വാദം ഉടലെടുക്കാൻതന്നെ കാരണം. ഇക്കുറി കേരളം ചിന്തിച്ചതും ഇന്ത്യ മൊത്തത്തിൽ ചിന്തിച്ചതും രണ്ടു വഴിക്കായിരുന്നു.

നിയമസഭാ തിരഞ്ഞെടുപ്പ് ഫലം

140 നിയമസഭ മണ്ഡലങ്ങളിൽ 110 നേടി കോൺഗ്രസ് മൃഗീയമായ ഭൂരിപക്ഷത്തിൽ കേരളത്തിൽ അധികാരത്തിലെത്തി. സി.പി.എമ്മിനെയും പ്രതിപക്ഷ പാർട്ടികളെയും അവരുടെ രാഷ്ട്രീയ ക്യാമ്പയിനുകളെയും ജനം മുഖവിലക്കെടുത്തില്ല എന്നതുതന്നെയാണ് വസ്തുത.

നിയമസഭാ കക്ഷിനില:
കോൺഗ്രസ് സഖ്യം 110
സി.പി.എം. 17
ജനതാദൾ 6
അഖിലേന്ത്യ ലീഗ് 3

68 സീറ്റിൽ മത്സരിച്ചു സി.പി.എം. കിട്ടാവുന്ന വലിയ തോൽവി തന്നെ ഏറ്റുവാങ്ങി സി.പി.എം. എന്ന പാർട്ടി. അടിയന്തരാവസ്ഥ നൽകിയ പാഠങ്ങൾ ജനങ്ങളിലേക്ക് എത്തിക്കുന്നതിലും അത് വോട്ടായി പരിവർത്തനം ചെയ്യുന്നതിലും കമ്മ്യൂണിസ്റ്റ് പാർട്ടിക്ക് വലിയ പരാജയം സംഭവിച്ചതായി സമ്മതിച്ചു.

20 ലോകസഭാ മണ്ഡലങ്ങളിൽ 20ഉം നേടി കോൺഗ്രസ് പ്രതിപക്ഷത്തെ ഇടതിനെ സംപൂജ്യരാക്കി എന്നുതന്നെ വേണം പറയാൻ. അച്യുതമേനോൻ സർക്കാരിന്റെ ചില ഗുണഗണങ്ങൾക്ക് അതായതു ഭരണനേട്ടങ്ങൾക്കു മുന്നിൽ സി.പി.ഐ.എം. എന്ന പാർട്ടി തിരഞ്ഞെടുപ്പിൽ പരാജയപ്പെട്ടതായും ഒരു വാദം നിലനിൽക്കുന്നുണ്ട്.

ഐതിഹാസികവിജയം

കോൺഗ്രസിന്റെ ഈ വൻവിജയത്തിന് കാരണമായി പലരും പലതും ചൂണ്ടിക്കാട്ടി. കേരളത്തിൽ അടിയന്തരാവസ്ഥ ആയിരുന്നാലും അച്യുതമേനോൻ സർക്കാരിന്റെ പല വികസന പദ്ധതികളും ജനങ്ങളിലേക്ക് എത്തി എന്നത് ഒരു വസ്തുതയാണ്.

അച്യുതമേനോൻ സർക്കാരിന്റെ പൊതുവിൽ അംഗീകരിക്കപ്പെട്ട ചില ഭരണനേട്ടങ്ങൾ ഇവയൊക്കെയാണ്.

- വക്കം പുരുഷോത്തമൻ അവതരിപ്പിച്ച കർഷക തൊഴിലാളി ബിൽ.
- എം.എൻ. ഗോവിന്ദൻ നായരുടെ ലക്ഷംവീട് പദ്ധതി
- അച്യുതമേനോൻ നിരവധി ഗവേഷണ സ്ഥാപനങ്ങൾ സ്ഥാപിച്ചു. റിസർച്ച് ഇൻസ്റ്റിറ്റ്യൂട്ട് പോലുള്ളവ.

ഇന്ദിരാഗാന്ധി തോറ്റു, കേരളത്തിൽ കരുണാകരൻ ജയിച്ചു.

അടിയന്തരാവസ്ഥക്കാലത്തെ പോലീസ് മന്ത്രി കേരളത്തിന്റെ മുഖ്യമന്ത്രിയാകുന്ന ഒരു കാഴ്ചയാണ് നാം ഇപ്പോൾ കാണുന്നത്. ഒരുപക്ഷേ അടിയന്തരാവസ്ഥക്കാലത്ത് കരുണാകരൻ അഴിച്ചുവിട്ട തന്റെ പോലീസ് ഭൂതം അദ്ദേഹത്തെ പിടികൂടാൻ കാത്തിരിക്കുന്നുണ്ട് എന്ന് അദ്ദേഹം ഒരിക്കലും അറിഞ്ഞിരുന്നില്ല. ഏകദേശം ഈ സമയത്തോടുകൂടി തന്നെ അടിയന്തരാവസ്ഥക്കാലത്തെ ഭരണകൂട ഭീകരതയുടെ കഥകൾ പലതും പലവഴിക്ക് പുറത്ത് വന്നുതുടങ്ങിയിരുന്നു. അതിൽ പ്രധാനമായും അന്ന് കരുണാകരനെതിരെ വന്നത് കാണാതായ കോഴിക്കോട്ടെ എഞ്ചിനിയ

റിംഗ് വിദ്യാർത്ഥിയായ രാജന്റെ അച്ഛൻ ഈച്ചരവാര്യരുടെ രൂപത്തിലായിരുന്നു. അതോടെ മുഖ്യന് തലവേദനയായി.കരുണാകരന് കഷ്ടകാലം തുടങ്ങി.

ഈച്ചരവാര്യർ എന്ന അച്ഛൻ

അടിയന്തരാവസ്ഥക്കാലത്ത് രാജൻ എന്ന തന്റെ മകനെ കാണാതായ ഈച്ചരവാര്യർ അധികാരകേന്ദ്രങ്ങൾ കയറിയിറങ്ങി. ആ അച്ഛന് അധികാരകേന്ദ്രങ്ങളിൽ നിന്ന് ഒരു രീതിയിലുള്ള നീതിയും ലഭിച്ചില്ല.ഈച്ചരവാര്യർ ഹൈക്കോടതിയിൽ ഹേബിയസ് കോർപ്പസ് റിട്ട് ഫയൽ ചെയ്തു. അദ്ദേഹത്തിന്റെ ഈ നീക്കം ജനശ്രദ്ധ പിടിച്ചുപറ്റി. പോലീസ് അറസ്റ്റ് ചെയ്ത് കസ്റ്റഡിയിലെടുത്ത രാജൻ എന്ന വിദ്യാർത്ഥിയെ പോലീസ് കോടതിയിൽ ഹാജരാക്കണമെന്ന് ഹേബിയസ് കോർപ്പസ് വാദം കേട്ട ഹൈക്കോടതി പോലീസിനോട് പറഞ്ഞു. മുഖ്യമന്ത്രിയായിരുന്ന കരുണാകരനേയും ഡി.വൈ.എസ്.പി. ലക്ഷ്മണയെയും പ്രതി ചേർക്കണമെന്ന് ഈച്ചരവാര്യർ ആവശ്യമുന്നയിച്ചു.

തുടർന്ന് കെ. കരുണാകരൻ ഹൈക്കോടതിയിൽ ഒരു സത്യവാങ്മൂലം സമർപ്പിച്ചു. പിന്നീട് അത് അദ്ദേഹത്തിന് തന്നെയുള്ള ഒരു തിരിച്ചടിയായി മാറുകയും ചെയ്തു. രാജനെ പോലീസ് കസ്റ്റഡിയിലെടുത്തിട്ടില്ലെന്നും ഈച്ചരവാരിയർ എന്ന വ്യക്തി തന്നെ വന്നു കണ്ടിട്ടില്ല എന്നും ഉള്ളടക്കം വരുന്ന സത്യവാങ്മൂലം ആയിരുന്നു സമർപ്പിച്ചത്. അങ്ങനെ കെ. കരുണാകരൻ ഹൈക്കോടതിയിൽ നിലപാടെടുക്കുന്നു.

ഇതിന് മറുപടിയായുള്ള സത്യവാങ്മൂലത്തിൽ രാജനെ അറസ്റ്റ് ചെയ്തപ്പോൾ ഉള്ള ദൃക്സാക്ഷികൾ കൂടെ ഉണ്ടായിരുന്ന സാക്ഷികൾ അടക്കമുള്ളവരുടെ മൊഴികൾ വെച്ച് ഹൈക്കോടതിയിൽ ഈച്ചരവാര്യർ എതിർ സത്യവാങ്മൂലം സമർപ്പിക്കുന്നു.

അങ്ങനെ കേസിൽ ഏപ്രിൽ 13ന് ജസ്റ്റിസ് സുബ്രഹ്മണ്യൻ പോറ്റി വിധി പറയുന്നു. കോഴിക്കോട് റീജണൽ എഞ്ചിനിയറിംഗ് കോളേജ് സ്റ്റുഡന്റ് രാജനെ 1976 മാർച്ച് ഒന്നിന് പോലീസ് കസ്റ്റഡിയിലെടുത്തെന്ന് കോടതിക്ക് ബോധ്യപ്പെട്ടതായി പറയുന്നു. തുടർന്ന് കക്കയം ടൂറിസ്റ്റ് ബംഗ്ലാവിൽ കൊണ്ടുപോയി എന്നതും ബോധ്യപ്പെട്ടതായി പറയുന്നു.

1977 ഏപ്രിൽ 21ന് രാജനെ കോടതിയിൽ ഹാജരാക്കാൻ പ്രതികളോട് കോടതി ആവശ്യപ്പെടുന്നു. ഇതേത്തുടർന്ന് രാജനെ കോടതിയിൽ ഹാജരാക്കാൻ പറ്റില്ല എന്ന് സർക്കാർ കോടതിയിൽ അറിയിക്കുന്നു. മർദനത്തിൽ രാജൻ മരിച്ചു എന്ന് സഹതടവുകാർ ലോകത്തെ അറിയിക്കുന്നു. മൃതദേഹം സംസ്കരിച്ചു എന്നും സൂചന നൽകി.

കോടതിയിൽ കള്ള സത്യവാങ്മൂലം നൽകിയ കെ. കരുണാകരൻ

രാജിവെക്കണമെന്ന് പ്രതിപക്ഷം സമ്മർദ്ദം ശക്തമാക്കുന്നു. സമരപരിപാടികളുമായി മുന്നോട്ടു പോകുന്നു.

കോൺഗ്രസ് പാർട്ടിക്കുള്ളിൽ ഇതിന്റെ പേരിൽ വീണ്ടും വിള്ളൽ ഉണ്ടാവുന്നു. ഹൈക്കോടതി വിധിക്കെതിരെ സുപ്രീം കോടതിയിൽ പോയി അനുകൂലവിധി ഉണ്ടാക്കാം എന്ന് വിചാരിച്ച് കെ. കരുണാകരൻ രാജിവെക്കുന്നു.

എന്നാൽ അനുകൂല വിധി പ്രതീക്ഷിച്ച കരുണാകരന്റെ അപ്പീൽ തള്ളുന്നു. കരുണാകരനു മുന്നിൽ വഴികൾ അടയുന്നു. കരുണാകരന്റെ അനിവാര്യമായ രാജിക്കൊടുവിൽ കരുണാകരന് ശേഷം ഇനി മുഖ്യമന്ത്രി ആര് എന്ന ചോദ്യം കോൺഗ്രസിൽ ഉയർന്നുകേട്ടു. ഉയർന്നുവന്ന പ്രധാന രണ്ട് പേരുകൾ, എസ്. വരദരാജൻ നായർ, കെ.ജി. അടിയോടി എന്നിവരുടേതായിരുന്നു.

ഗ്രൂപ്പ് അടിസ്ഥാനത്തിൽ ഇവർ രണ്ടുപേരും മുൻപന്തിയിൽ തന്നെ ഉണ്ടായിരുന്നു. എന്നാൽ ഹൈക്കമാണ്ടിൽ നിന്നും എഐസിസി കേന്ദ്ര പ്രതിനിധിയായി എത്തിയ സി സുബ്രഹ്മണ്യൻ പുതിയ ഒരു നിർദ്ദേശം വെക്കുന്നു. അങ്ങനെ 36 വയസ്സുകാരനായ എ.കെ. ആന്റണി മുഖ്യമന്ത്രിയായി. എം.വി. ഗോവിന്ദൻ നായരുടെ നിർദ്ദേശമാണ് ഇത് എന്നും പലവിധ വാദങ്ങളും ഉണ്ട്. ആന്റണിയെ പിന്തുണച്ച് കെ. കരുണാകരനും രംഗത്തുവന്നു.

ആന്റണിയുടെ ഭരണം

മുപ്പത്തിയാറാം വയസ്സിൽ കേരള മുഖ്യമന്ത്രിയായ എ.കെ. ആന്റണി ഏറ്റവും പ്രായം കുറഞ്ഞ മുഖ്യമന്ത്രി. ആന്റണി യുഗത്തിന്റെ ആരംഭം.

അടിയന്തരാവസ്ഥക്കാലത്ത് ജനങ്ങൾക്കിടയിൽ വേട്ടക്കാരൻ എന്ന് അറിയപ്പെട്ട പോലീസുകാരനായിരുന്നു ജയറാം പടിക്കൽ. ആ പോലീസ് മേധാവിയെ സസ്പെൻഡ് ചെയ്തുകൊണ്ടായിരുന്നു ആന്റണിയുടെ തുടക്കം. അപ്പോൾ നിലവിൽ നിയമസഭാംഗം അല്ലാത്തതുകൊണ്ട് കഴക്കൂട്ടത്തുനിന്ന് മത്സരിച്ച എട്ടായിരം വോട്ട് ഭൂരിപക്ഷത്തിൽ ആന്റണി നിയമസഭയിൽ എത്തി.

ഇന്ദിര രാഷ്ട്രീയം

ദേശീയതലത്തിൽ അടിയന്തരാവസ്ഥക്കാലത്തിനുശേഷം ഉണ്ടായ തോൽവികളിലൂടെ പരുങ്ങലിലായ ഇന്ദിര വീണ്ടും തന്റെ തന്റേടം പുറത്തെടുത്തുകൊണ്ട് കോൺഗ്രസ് പാർട്ടിയിൽ ചുവടുറപ്പിച്ചു. ഇന്ദിരക്കെതിരായി അവരുടെ അപ്രമാദിത്വത്തെ ചോദ്യംചെയ്തുകൊണ്ട് പാർട്ടിക്കുള്ളിൽതന്നെ എതിർപ്പുകൾ ഉയർന്നുവന്നു.

ഇന്ദിര സ്വന്തം അനുയായികളുടെ പ്രത്യേക യോഗം വിളിച്ചു. ഇന്ത്യയിലെ കോൺഗ്രസ് മൊത്തത്തിൽ നെടുകെ പിളർന്നു.

ഇന്ദിരയുടെ കൂടെയുള്ള കോൺഗ്രസ്

ഇന്ദിരയ്ക്ക് എതിരെയുള്ള കോൺഗ്രസ്

അവസാനം കേരളത്തിലെ കോൺഗ്രസ് വീണ്ടും പിളർന്നു.

ഇന്ദിരയുടെ കൂടെയുള്ള കോൺഗ്രസ് ആയി കെ. കരുണാകരനും അനുയായികളും മാറുന്നു. ഇന്ദിരയ്ക്ക് എതിരെ നിൽക്കുന്നവരുടെ ടീമായി എ.കെ. ആന്റണിയും അനുയായികളും മാറുന്നു.

1978 ജനുവരി ഒന്നിന് കോൺഗ്രസ് പിളർന്ന് ഇന്ദിരാ കോൺഗ്രസ് രൂപംകൊണ്ടു. കെ.ജി. അടിയോടി, ടി.എച്ച്. മുസ്തഫ, മുല്ലപ്പള്ളി രാമചന്ദ്രൻ, ജി കാർത്തികേയൻ, രമേശ് ചെന്നിത്തല, വക്കം പുരുഷോത്തമൻ, എം.എം. ജേക്കബ് എന്നിവർ ആയിരുന്നു ഇന്ദിരാ ഗ്രൂപ്പിലെ പ്രമുഖന്മാർ. എ.കെ. ആന്റണിയും അനുയായികളും ഔദ്യോഗിക കോൺഗ്രസ് ആയി മാറി. കെ. കരുണാകരനും ആളുകളും വിമത കോൺഗ്രസ് ആയും അറിയപ്പെട്ടു.

എ.കെ. ആന്റണി മുഖ്യമന്ത്രിയായതോടെ രണ്ടുപക്ഷങ്ങൾ തമ്മിലുള്ള ഭിന്നതകൾ കൂടുതൽ രൂക്ഷമായി. ഒഴിവ് വന്ന കെ.പി.സി.സി. അധ്യക്ഷൻ സ്ഥാനത്തേക്ക് ഇലക്ഷൻ നടന്നു. ഔദ്യോഗികപക്ഷം അഥവാ ഇന്ദിര വിരുദ്ധർ വരദരാജൻ നായരെ സ്ഥാനാർത്ഥിയായി പ്രഖ്യാപിച്ചു. ഇന്ദിരാ പക്ഷം സി.എം. സ്റ്റീഫനെയും സ്ഥാനാർത്ഥിയാക്കി.

കെ.പി.സി.സി. അധ്യക്ഷൻ മത്സരത്തിൽ വിജയിയായത് വരദരാജൻ നായർ ആയിരുന്നു (ആന്റണി പക്ഷം). ഇത് അംഗീകരിക്കാതെ ഇന്ദിരാ ഗ്രൂപ്പ് (കരുണാകരനും കൂട്ടരും) കെ.എം.ചാണ്ടിയെ പുതിയ കെ.പി.സി.സി. പ്രസിഡണ്ട് ആക്കി.

ഇതോടുകൂടെ ഔദ്യോഗികപക്ഷം കെ. കരുണാകരനേയും അനുയായികളെയും കെ.പി.സി.സി.യിൽ നിന്ന് പുറത്താക്കി. ശേഷം ഐക്യമുന്നണിയിൽ നിന്നും പുറത്താക്കി.

കെ. കരുണാകരൻ സമാന്തരപ്രവർത്തനം ആരംഭിക്കുന്നു. കോൺഗ്രസിൽനിന്ന് കൂടുതൽ എം.എൽ.എ.മാർ കെ കരുണാകരൻ പക്ഷത്തേക്ക് വന്നുകൊണ്ടേയിരുന്നു. മുഖ്യപ്രതിപക്ഷമായി കെ. കരുണാകരൻ ഉയർന്നുവന്നു. അംഗസംഖ്യ കൂടിയപ്പോൾ ഇ.എം.എസിനെ മാറ്റി പ്രതിപക്ഷനേതാവായി കെ. കരുണാകരൻ നിയമിനായി.

ലോകസഭ ഉപതിരഞ്ഞെടുപ്പ്

ഇതിനിടയിൽ ലോകസഭാ ഉപതിരഞ്ഞെടുപ്പിൽ ചിക്കമംഗളൂരിൽനിന്നും കോൺഗ്രസ് സ്ഥാനാർത്ഥിയായി ഇന്ദിരാഗാന്ധി മത്സരിക്കുന്നു എന്ന് സ്വയം പ്രഖ്യാപിക്കുന്നു. ഇന്ദിരയുടെ ഈ നീക്കത്തിന് കോൺഗ്രസ് ഹൈക്കമാൻഡ് പിന്തുണ പ്രഖ്യാപിക്കുന്നു. ഹൈക്കമാൻഡിന്റെ ഈ ഒരു കാര്യത്തിൽ പ്രതിഷേധിച്ച് മുഖ്യമന്ത്രി ഇടയുന്നു. എ.കെ. ആന്റണി രാജിവെക്കുന്നു.

ഇന്ദിരയ്ക്ക് കൂടെ കോൺഗ്രസ് ഹൈക്കമൊൻഡ് പോയതിൽ പ്രതിഷേധിച്ച് മുഖ്യമന്ത്രിസ്ഥാനം വേണ്ട എന്ന് ആന്റണി ഉറക്കെ പ്രഖ്യാപിക്കുന്നു. മുൻപ് ഹൈക്കമൊൻഡ് പറഞ്ഞതുകൊണ്ട് മാത്രം മുഖ്യമന്ത്രി ആയതാണ് ഞാൻ എന്ന് ആന്റണി പറയുന്നു. ആദർശപുരുഷ പരിവേഷം ആന്റണി നേടിയെടുക്കുന്നു.

മുഖ്യമന്ത്രിയായി പി.കെ. വാസുദേവൻ നായർ

കഴിഞ്ഞ മന്ത്രിസഭയിൽ സി.പി.ഐ.യുടെ വ്യവസായമന്ത്രിയായിരുന്ന പി.കെ. വാസുദേവൻ നായർ കേരളത്തിന്റെ മുഖ്യമന്ത്രി ആയി. സി.പി.ഐ.യിൽനിന്ന് രണ്ടാം സി.പി.ഐ. മുഖ്യമന്ത്രി. ഏറെക്കാലം പാർലമെന്റംഗമായിരുന്നു പി.കെ.വി. എന്ന പി.കെ. വാസുദേവൻ നായർ.

സി.പി.ഐ അധികാരമേൽക്കുന്ന അതേസമയത്തുതന്നെ ആന്റണി കോൺഗ്രസും സി.പി.എമ്മുമായി പ്രത്യക്ഷ ചർച്ചകൾ അരങ്ങേറി. ഇക്കാലഘട്ടത്തിൽ കേരളത്തിൽ പാരലൽ കോളേജ് സമരം നടന്നു. കെ.എസ്.യു എസ്,.എഫ്.ഐ സംയുക്തസമരം. എ.കെ. ബാലനും ബെന്നി ബഹനാനും ആയിരുന്നു സമരയുവനേതാക്കൾ.

ഇഷ്ടദാനബില്ല് വരുന്നു

ഇഷ്ടദാനബിൽ സർക്കാരിൽ പ്രശ്നങ്ങൾക്ക് കാരണമായി. ഇഷ്ടദാന ബില്ലിൽ ഭരണമുന്നണിയിൽ തന്നെ ആശയപരമായ തർക്കങ്ങൾ ആരംഭിച്ചു. അത് കേരളത്തിന്റെ ഭരണം തന്നെ അനിശ്ചിതത്വത്തിലാക്കി.

ഇതേസമയം സി.പി.ഐ. അഖിലേന്ത്യാ കോൺഗ്രസ് സമ്മേളനം നടക്കുന്നു.

സി.പി.ഐ. സമ്മേളനം

സി.പി.ഐ.യുടെ സമ്മേളനത്തിൽ പ്രധാന ചർച്ച കോൺഗ്രസ് ആയിരുന്നു. 'കോൺഗ്രസിനോടു കൂടിയോ കോൺഗ്രസിനെ എതിർത്തോ' എന്നതായിരുന്നു പ്രധാനചർച്ച. ആ വലിയ ചർച്ചകൾക്കൊടുവിൽ സി.പി.ഐ. അഖിലേന്ത്യാ നേതൃത്വം കോൺഗ്രസിനെ കൈയൊഴിഞ്ഞു.

കമ്മ്യൂണിസ്റ്റ് ചേരിയിൽതന്നെ ചേരാൻ തീരുമാനിക്കുന്നു. തുടർന്ന് പി.കെ.വി. മന്ത്രിസഭ രാജിവെക്കുന്നു. സി.പി.ഐ മുന്നണി വിട്ടു സി.പി.എമ്മിനൊപ്പം പോകുന്നു. ഏറെ കാത്തിരുന്ന ഇടതുപക്ഷ ഐക്യം ഇന്ത്യയിൽ പുനർജനിക്കുന്നു.

ദേശീയതലത്തിൽ ഇന്ദിരയെയും അടിയന്തരാവസ്ഥയേയും പിന്തുണച്ചത് തെറ്റായിപ്പോയി എന്ന് സി.പി.ഐ. നിലപാടെടുക്കുന്നു. സി.പി.എം., ആർ.എസ്.പി, സി.പി.ഐ., ഫോർവേഡ് ബ്ലോക്ക് തുടങ്ങിയ എല്ലാവരും അടങ്ങിയ ഇടതുമുന്നണി രൂപംകൊണ്ടു. ഇതുമായി ബന്ധപ്പെട്ട് സി.പി.ഐ. മുഖ്യമന്ത്രിയായിരുന്ന പി.കെ.വി. മുഖ്യമന്ത്രിപദം ഉപേക്ഷിച്ചു പ്രതിപക്ഷനേതാവായി

കേരളത്തിലെ ആദ്യ മുസ്ലീം മുഖ്യമന്ത്രി

വളരെ പെട്ടെന്നായിരുന്നു മുസ്ലീം ലീഗ് നേതാവ് സി.എച്ച്. മുഹമ്മദ്കോയ മുഖ്യമന്ത്രി സ്ഥാനത്തേക്ക് വന്നത്. 1979 ഒക്ടോബർ 12ന് സി.എച്ച്. ഭരണം തുടങ്ങുന്നു. വളരെ ചെറിയ ഒരു കാലയളവായതുകൊണ്ടുതന്നെ സി.എച്ചിനു കാര്യമായി ഒന്നും ചെയ്യാൻ സാധിച്ചില്ല.

കോൺഗ്രസ് വീണ്ടും പിളർന്നു

നേരത്തെതന്നെ കേന്ദ്രത്തിൽ ഇന്ദിര തോറ്റതോടെ കേന്ദ്ര സമവാക്യങ്ങളിൽ അല്പം മാറ്റങ്ങൾ വന്നിരുന്നു. കേന്ദ്രത്തിലുണ്ടായിരുന്ന മലയാളി സാന്നിധ്യങ്ങളായ വയലാർ രവിയും കെ.പി. ഉണ്ണിക്കൃഷ്ണനനും ഇന്ദിരയ്ക്കെതിരെ തിരിയുന്നു. ദേശീയതലത്തിൽ ഇന്ദിരാ കോൺഗ്രസ് വീണ്ടും പിളർന്നു.

ഇന്ദിരയെ എതിർത്ത് കർണാടക മുഖ്യമന്ത്രി ദേവരാജ് അരശ് പുതിയ കോൺഗ്രസ് പാർട്ടി ഉണ്ടാക്കി - കോൺഗ്രസ് യു. കേരളത്തിലെ

ആന്റണിയും കൂട്ടരും അരശ് കോൺഗ്രസിൽ ചേർന്നു. ഒരുദിവസം ദേവ രാജ അരശും ഇ.എം.എസും തമ്മിൽ ഡൽഹിയിൽ ഒരു കൂടിക്കാഴ്ച നടത്തി. കോൺഗ്രസിലെ ആദർശവാന്മാരെല്ലാം ഇടത്തോട്ട് പോയി. കെ.പി.സി.സി. സെക്രട്ടറി എ.സി. ഷൺമുഖദാസ് അടക്കമുള്ളവർ ഇടത്തോട്ട് പോകാൻ വാദിച്ചു.

അക്കാലത്ത് യൂത്ത് കോൺഗ്രസ് പ്രസിഡണ്ട് എ.കെ. ശശീന്ദ്രൻ ആയിരുന്നു. കെ.പി. ഉണ്ണിക്കൃഷ്ണൻ, ആര്യാടൻ മുഹമ്മദ്, കടന്നപ്പള്ളി രാമചന്ദ്രൻ, വി.എം. സുധീരൻ എന്നിവരെല്ലാം ഇടതുപാളയത്തിലേക്ക് പോകാൻ ആഗ്രഹം പ്രകടിപ്പിച്ചിരുന്നു.

സി.പി.എമ്മിലേക്ക് പോകാൻ ആഗ്രഹിച്ചവർ സി.എച്ചിന്റെ സർക്കാരിന് പിന്തുണയ്ക്കുന്നത് നിർത്താൻ ആലോചിച്ചു.

ഇഷ്ടദാന ബിൽ പാസാക്കാൻ ആന്റണിക്ക് അഗ്രഹമുണ്ടായിരുന്നു. അതുകൊണ്ട് ആന്റണി സി.പി.എമ്മിലേക്ക് പോകാൻ മടിച്ചു.

കോൺഗ്രസ് തന്നെ ഒളിഞ്ഞു കുത്താൻ വരുന്നുവെന്ന് മുന്നിൽ കണ്ട സി.എച്ച്. രാജിവെച്ചു.

മാണിയുടെ നീക്കങ്ങൾ

സി.എച്ച്. രാജിവെക്കുന്നു. പൊടുന്നനെ മുഖ്യമന്ത്രിപദത്തിലേക്ക് ലക്ഷ്യമിട്ടുള്ള നീക്കവുമായി കെ.എം.മാണി സജ്ജനാവുന്നു. അതിനു പിന്തുണയുമായി സി.പി.എം. കൂടെനിന്നു.

പക്ഷേ അപ്പോഴേക്കും വൈകിപ്പോയിരുന്നു. ഗവർണർ ജ്യോതി വെങ്കിടാചലം നിയമസഭ പിരിച്ചുവിട്ടു. മുഖ്യമന്ത്രി ആവാനുള്ള മാണിയുടെ തന്ത്രം നടന്നില്ല. അന്ന് നഷ്ടമായതാണ് മാണിക്ക് ആ കസേര.

1980 വീണ്ടും നിയമസഭാ തിരഞ്ഞെടുപ്പിലേക്ക്. 1977 മുതൽ മൂന്ന് വർഷം സംഭവബഹുലമായ വഴിത്തിരിവുകൾ പിന്നിട്ട കുറച്ചുനാളുകൾ, അതായിരുന്നു കേരളം കണ്ടത്.

ഒരുവശത്തു കോടതിയിൽ നിന്നും മുറിവേറ്റ് കരുണാകരനും കൂട്ടരും. മറുകണ്ടം ചാടി ഇടതിൽ എത്തിയ കോൺഗ്രസിലെ ആദർശധീരന്മാർ. പൂർവാശ്രമത്തിലെ തെറ്റുകൾ ഏറ്റു പറഞ്ഞു സി.പി.ഐ. ഇടതുകോട്ടക്കകത്തു കയറി.

1980 തിരഞ്ഞെടുപ്പ്
പലായനങ്ങളും അടിയൊഴുക്കുകളും

എൽഡിഎഫ്, യുഡിഎഫ്

1980ലെ തിരഞ്ഞെടുപ്പോടുകൂടിയാണ് കേരളത്തിൽ മുന്നണി എന്ന രീതിയിൽ കാര്യങ്ങൾ മാറിമറയുന്ന കാലം വന്നത്. ഈ കാലഘട്ടങ്ങളിൽ പുരോഗമന ശക്തികളുടെ കൂടിച്ചേരൽ എന്നതായിരുന്നു രാഷ്ട്രീയമായ ഒരു പ്രത്യേകത. എൽ.ഡി.എഫ്, യുഡിഎഫ് എന്ന ആശയതലത്തിലേക്ക് ആദ്യമായി കേരളം വരുന്നത് ഈ തിരഞ്ഞെടുപ്പോടുകൂടിയാണ്.

കോൺഗ്രസിലെ തന്നെ ആദർശധീരന്മാരും ഇടതുപക്ഷ പുരോഗമനവാദികളും എല്ലാവരും ചേർന്ന് ഒരു പുതിയ മുന്നണിക്ക് രൂപം കൊടുത്തു. മുന്നണി രാഷ്ട്രീയത്തിൽ ശക്തമായ ഒരു ലോകത്തിലേക്ക് നടക്കുന്ന കേരള രാഷ്ട്രീയത്തിന്റെ ബാല്യകാലങ്ങളിൽ കൂടിയാണ് ഈ കാലം കടന്നുപോയത്.

എഴുപതുകളുടെ അവസാനത്തോടെ കേരള രാഷ്ട്രീയത്തിന്റെ മുന്നിൽനിന്നും ലീഡർ പിന്നോട്ട് പോയെങ്കിലും അദ്ദേഹത്തിന്റെ ശക്തമായ തിരിച്ചുവരവിലൂടെയാണ് എൺപതുകളുടെ കടന്നുപോക്ക്.

മുന്നണികൾ

ഒരു മുന്നണിയായി തിരഞ്ഞെടുപ്പിൽ നിന്നവർ:

സി.പി.എം., സി.പി.ഐ., ആന്റണി കോൺഗ്രസ്, ഒരുവിഭാഗം മുസ്ലീം ലീഗ്, മാണി കോൺഗ്രസ്, പിള്ള കോൺഗ്രസ്.

ഈ വലിയ മുന്നണിക്ക് എതിർചേരിയായി നിന്നത് കരുണാകരന്റെ നേതൃത്വത്തിൽ ഇന്ദിരാ കോൺഗ്രസ് ആണ്.

ഫലം വന്നപ്പോൾ എൽ.ഡി.എഫ് 93 സീറ്റും യു.ഡിഫ് 41 സീറ്റും നേടി.

തകർപ്പൻ വിജയം നേടിയ ഇടതുപക്ഷം നേരിട്ടത് മുഖ്യമന്ത്രി ആരാ

വണം എന്ന ചർച്ചയായിരുന്നു. പാർട്ടിക്കുള്ളിൽ ഉയർന്നു കേട്ട പ്രധാന പേരുകൾ ഗൗരിയമ്മ, ഇ.കെ. നായനാർ, ടി.കെ. രാമകൃഷ്ണൻ എന്നിവരുടേതായിരുന്നു. ആ സമയത്ത് നിലമ്പൂരിൽനിന്ന് നിലവിലെ എം.എൽ.എ. ഹരിദാസ് രാജിവെച്ചു. പകരം ആര്യാടൻ മുഹമ്മദ് അവിടെ മത്സരിക്കുന്നു. ഇടതുസ്ഥാനാർത്ഥിയായ ആര്യാടൻ എതിർസ്ഥാനാർത്ഥിയായ മുല്ലപ്പള്ളി രാമചന്ദ്രനെ മൂന്നിരട്ടി വോട്ടിനു തോൽപ്പിക്കുന്നു.

നായനാർ ഭരണം

നായനാർക്ക് പ്രശ്നങ്ങൾ അവസാനിക്കുന്നില്ല. തുടക്കത്തിൽതന്നെ പോലീസിലെ പ്രശ്നങ്ങൾ അലട്ടി. തലശ്ശേരിയിൽ ആർ.എസ്.എസ്. കൊലപാതകങ്ങൾ അരങ്ങേറുകയും ചെയ്തു. ടി.കെ. രാമകൃഷ്ണൻ ആഭ്യന്തരം കളിയാടുമ്പോൾ പക്ഷം പിടിക്കുന്നു എന്ന് ഘടകകക്ഷികൾ തന്നെ പറയാൻ തുടങ്ങി.

ഏറെ വൈകാതെ എക്സൈസ് വകുപ്പിനെതിരെ അഴിമതി ആരോപണം വന്നു. നാട്ടിലെ സമരങ്ങൾ പലതും അക്രമാസക്തമായി. ആന്റണിയുടെ കൂടെ കോൺഗ്രസ് യു പാർട്ടി ഉണ്ടാക്കിയ കർണാടക നേതാവ് മറുകണ്ടം ചാടുന്നു. മുൻപ് ഇന്ദിരയോട് പ്രതിഷേധിച്ച് വേറെ പാർട്ടി ഉണ്ടാക്കിയ കോൺഗ്രസ് കർണാടക മുൻ നേതാവ് ദേവരാജ അരശ് ഇന്ദിരയുടെ ദേശീയ രാഷ്ട്രീയത്തിലേക്കുള്ള തിരിച്ചുവരവ് കൂടി കണ്ടപ്പോൾ മറുകണ്ടം ചാടി. കോൺഗ്രസ് യു എന്ന ആന്റണി

യുടെ പാർട്ടി പരുങ്ങലിലാവുകയും ചെയ്തു.

ഇതേസമയം കേരളത്തിൽ കെ.എസ്.യു.വും എസ്.എഫ്.ഐയും തെരുവിൽ ഏറ്റുമുട്ടി. സി.ഐ.ടി.യു പ്രവർത്തകർ തിരുവന്തപുരം ഡിസിസി ഓഫീസ് അടിച്ചുതകർത്തു. മൊത്തത്തിൽ അസ്വസ്ഥരായി ഇടതുമുന്നണിയിലെ കോൺഗ്രസ് നേതാക്കൾ അണിയറ നീക്കങ്ങൾ നടത്തി. എൽ.ഡി.എഫ്. വിടുന്നു. മുഖ്യമന്ത്രി ഇ.കെ.നായനാർ രാജി വെക്കുന്നു.

നായനാർ സർക്കാറിനെ ദുർബലപ്പെടുത്തി ഭരണമുന്നണിയിലെ ഘടകകക്ഷികളെയും നേതാക്കളെയും ചാക്കിട്ട് പിടിച്ചു ലീഡർ തന്റെ ശക്തി തെളിയിച്ചു. ആർ.എസ്.പി.യിൽ നിന്ന് കടവൂർ ശിവദാസനും കോൺഗ്രസ് എസിൽ നിന്നും ആന്റണിയും 15 എം.എൽ.എ.മാരെയും ലീഡർ പൊക്കി. ആന്റണിയുടെ ഈ മറുകണ്ടം ചാട്ടത്തിൽ പി.സി. ചാക്കോ ആന്റണിയെ എതിർത്തു. പി.സി. ചാക്കോയും അഞ്ച് എം. എൽ.എ.മാരും ഇടതുപക്ഷത്തു തന്നെ തുടർന്നു.

പി.സി. ചാക്കോയും കൂട്ടരും ആ തുടർച്ച ഏകദേശം ആറ് വർഷ ത്തോളം തുടർന്ന് ഇടതുമുന്നണിയിൽ തന്നെ കഴിച്ചുകൂട്ടി.

മാണിയുടെ നീക്കങ്ങൾ

എ.കെ. ആന്റണിയുടെ കൂടെ കോൺഗ്രസിലേക്ക് കേരള കോൺഗ്രസ് നേതാവ് കെ.എം. മാണി മറുകണ്ടം ചാടി. കേരള കോൺഗ്രസിന് 25 സീറ്റ് തരാമെന്ന് കെ. കരുണാകരൻ ഉറപ്പുനൽകി യതിന്റെ ബലത്തിലാണ് കേരള കോൺഗ്രസ് മറുകണ്ടം ചാടിയത്. ഈ കാര്യം പറഞ്ഞുള്ള കെ. കരുണാകരന്റെ കത്ത് ചോർന്നു. അത് മാധ്യ

മങ്ങളിൽ വലിയ തോതിൽ ഇടംപിടിച്ചു. മാണിയെ ഈ കത്ത് കരുണാകരൻ കാണിച്ചിരുന്നു എന്ന അഭ്യൂഹങ്ങൾ പരന്നു. മാണിയുടെ ഈ പെരുമാറ്റത്തിൽ പി.ജെ. ജോസഫ് പ്രതിഷേധിച്ചു. കെ.കരുണാകരൻ എന്ന അതികായൻ തിരിച്ചുവരുന്നു.

നായനാരുടെ രാജിക്ക് ശേഷം പ്രസിഡണ്ട് ഭരണം ഒരുമാസം പിന്നിട്ടു. ആന്റണി കോൺഗ്രസും കരുണാകരൻ കോൺഗ്രസും ചേർന്ന പുതിയ മന്ത്രിസഭ തീരുമാനിക്കുന്നു. 71 തികയ്ക്കാൻ ഒരു സീറ്റ് കുറവായിരുന്നു കരുണാകരൻ സർക്കാറിന്. നിയമസഭയിൽ അക്കാലത്ത് ഒരേയൊരു സ്വതന്ത്രൻ ഉണ്ടായിരുന്നു. പത്തനംതിട്ടയിലെ കെ.കെ. നായർ, ഒരു മുൻകാല കമ്മ്യൂണിസ്റ്റ്. അദ്ദേഹം തെരഞ്ഞെടുപ്പിൽ സീറ്റ് കിട്ടാത്തതു കാരണം ഒറ്റയ്ക്ക് മത്സരിച്ച് വിജയിച്ചതായിരുന്നു. കെ. കെ. നായർ കരുണാകരന് പിന്തുണ നൽകാനായി മുന്നിൽ വച്ച ഒരേയൊരു ഉപാധി പത്തനംതിട്ട ജില്ലയുടെ രൂപീകരണമായിരുന്നു. ലീഡർ നായരുടെ ആ ഉപാധിക്ക് സമ്മതം പറഞ്ഞു.

കെ. കരുണാകരന്റെ ബുദ്ധിപരമായ നീക്കത്തിൽ ജനതാപാർട്ടി പിളരുന്നു. ശേഷം കരുണാകരന്റെ കാർമികത്വത്തിൽ അവസാനം ഗോപാലൻ ജനത എന്ന പുതിയ പാർട്ടി ഉണ്ടാകുന്നു. ആ പാർട്ടി കെ. കരുണാകരന് ഒപ്പംനിന്നു. ഗവർണർ ജ്യോതി വെങ്കിടാചലം കരുണാകരനെ സർക്കാർ ഉണ്ടാക്കുന്നതിന് അകമഴിഞ്ഞ് സഹായിച്ചു. കരുണാകരൻ മന്ത്രിസഭ രൂപീകരിക്കാനുള്ള സംഖ്യയിലേക്ക് കടക്കുന്നു. 1981 ഡിസംബർ 28ന് കരുണാകരൻ മുഖ്യമന്ത്രിയായി സത്യപ്രതിജ്ഞ ചെയ്തു.

ആന്റണിയുടെ സ്വപ്നങ്ങൾ

ആന്റണി പ്രതീക്ഷിച്ചതുപോലെ ഇടതുപക്ഷത്തുനിന്ന് പുറത്തുപോകുമ്പോൾ കേന്ദ്രത്തിൽ ജനതാപ്രസ്ഥാനം ഛിന്നഭിന്നമായി. 1980ൽ ഇന്ദിരയുടെ തിരിച്ചുവരവ് ഉണ്ടായി. ദേവരാജ അരശ് കോൺഗ്രസ് യു വിട്ട് ഇന്ദിരക്കൊപ്പം തിരിച്ചുവന്നു.

എ.കെ. ആന്റണിക്കു താൻ അടിയന്തരാവസ്ഥയ്ക്ക് എതിരാണെന്ന് ബോധ്യപ്പെടുത്തണമായിരുന്നു. അതിനുവേണ്ടിയായിരുന്നു രാജി. ഇന്ദിര കോൺഗ്രസിൽ നിന്നും പുറത്തുപോയി. ഇന്ദിരക്ക് ഇനിയൊരു തിരിച്ചുവരവില്ല എന്നാണ് ആന്റണി കരുതിയത്. എന്നാൽ ഇന്ദിര തിരിച്ചുവന്നു, ചിക്കമംഗളൂർ തിരഞ്ഞെടുപ്പോടെ. അപ്പോൾ ആന്റണിക്ക് ആഗ്രഹം സി.പി.എമ്മിനെ വിട്ടിട്ട് കോൺഗ്രസിൽ ചേരണമെന്നായിരുന്നു. സി.പി.എം. ആക്രമണം നടത്തി എന്നുള്ളതാണ് ഡി.സി.സി.

ഓഫീസ് ആക്രമിച്ചു എന്നതുമൊക്കെ അതിനുവേണ്ടിയുള്ള കേവലം കാരണങ്ങൾ മാത്രമായിരുന്നു.

കെ. കരുണാകരൻ മുഖ്യമന്ത്രി

അപ്പോഴേക്കും ആന്റണി ലീഡറിന്റെ സ്വന്തം ആളായി മാറിയിരുന്നു. എൽ.ഡി.എഫിനും യു.ഡി.എഫിനും തുല്യ അംഗബലംഉള്ള ഒരു പാർട്ടി കാസ്റ്റിംഗ് മന്ത്രിസഭ രൂപം കൊണ്ടു.

നായനാർ സർക്കാർ രാജി വെച്ചപ്പോൾ സ്പീക്കർ എ.സി. ജോസ് രാജിവെച്ചിരുന്നില്ല. അത് ലീഡർ മുതലാക്കുന്നു. സ്പീക്കർ എ.സി ജോസ് നൽകിയ കാസ്റ്റിംഗ് വോട്ടിൽ കെ. കരുണാകരൻ അധികാരത്തിൽ എത്തി.

അപ്പോഴേക്കും കരുണാകരൻ അറിഞ്ഞിരുന്നില്ല. മറുപുറത്തു ലോനപ്പൻ നമ്പാടൻ എൽ.ഡി.എഫിനെ സ്വാധീനിക്കുന്നു. അദ്ദേഹം ഇടത്തോട്ടു പോകുന്നു.

ഭൂരിപക്ഷം നഷ്ടപ്പെട്ട് മറ്റൊരു ഗത്യന്തരമില്ലാതെ കരുണാകരൻ എന്ന മുഖ്യമന്ത്രി ആ സ്ഥാനം രാജിവെച്ചൊഴിയുന്നു. കേരളം വീണ്ടും രാഷ്ട്രപതി ഭരണത്തിലായി.

കുറച്ചുനാളുകൾക്കുശേഷം കേരളം വീണ്ടും തിരഞ്ഞെടുപ്പിലേക്ക് പോകുന്നു. നായനാരും കരുണാകരനും നേർക്കുനേർ വരുന്നു. ആന്റണി കൂടെ വന്നതോടെ ലീഡർ ശക്തനാവുന്നു.

1982 തിരഞ്ഞെടുപ്പ്
മൂന്നാമൂഴത്തിൽ കരുണാകരൻ

പുതിയകാലം

അസ്ഥിരമായ കേരള രാഷ്ട്രീയം പക്വതയിലേക്ക് പാകപ്പെട്ടു വരുന്ന ഒരു കാലഘട്ടമായിട്ടാണ് 1982ലെ ഇലക്ഷൻ കാലഘട്ടത്തെ രാഷ്ട്രീയവിദ്യാർത്ഥികൾ നോക്കിക്കാണുന്നത്. അതുവരെ ചാഞ്ചാടിയ മുന്നണികൾ ഒക്കെ ശക്തമായിവരുന്നു. വിവിധ പാർട്ടികൾ അതിൽ നിന്നുകൊണ്ട് തിരഞ്ഞെടുപ്പിനെ നേരിടാൻ പോകുന്നു.

ഒരുഭാഗത്ത് കരുണാകരന്റെ നേതൃത്വത്തിൽ യു.ഡി.എഫും മറുഭാഗത്ത് നായനാരുടെ നേതൃത്വത്തിൽ എൽ.ഡി.എഫും.

കോൺഗ്രസ് ഐ, ആന്റണി കോൺഗ്രസ്, ജോസഫ് വിഭാഗം, മാണി വിഭാഗം, മുസ്ലിംലീഗ് തുടങ്ങി 11 കക്ഷികളുമായി കോൺഗ്രസും സി.പി.എമ്മിന്റെ നേതൃത്വത്തിലുള്ള സി.പി.എം., സി.പി.ഐ., ലോക്ദൾ, ലോനപ്പൻ കോൺഗ്രസ്, അഖിലേന്ത്യ ലീഗ് തുടങ്ങി രണ്ടുകൂട്ടരും അടങ്ങുന്നതായിരുന്നു രണ്ട് സഖ്യങ്ങൾ.

യു.ഡി.എഫിനുവേണ്ടി ഇന്ദിരാഗാന്ധി കേരളത്തിൽ വന്ന് ഇലക്ഷൻ പ്രചരണം പൊടിപൊടിച്ചു. നായനാർ സർക്കാരിന്റെ പാളിച്ചകൾ ചൂണ്ടിക്കാണിച്ചായിരുന്നു ഇന്ദിരയുടെ പ്രചരണം. എ.കെ. ആന്റണിയും കെ.എം. മാണിയും വഞ്ചന കാണിച്ചു എന്നുപറഞ്ഞ് സി.പി.എമ്മും പ്രചരണം നടത്തി.

1982 മെയ് 19നാണ് ഇലക്ഷ്ൻ നടന്നത്. ഒരു പ്രത്യേകത എന്തെന്നാൽ രാജ്യത്ത് ആദ്യമായി പറവൂരിലും. 84 മണ്ഡലങ്ങളിൽ 50 ബൂത്തുകളിൽ ഇലക്ട്രോണിക് വോട്ടിംഗ് മെഷീൻ ഉപോഗിച്ച് തിരഞ്ഞെടുപ്പ് നടത്തുന്നു.

തിരഞ്ഞെടുപ്പ് ഫലം

യു.എഡി.എഫ്. 77, എൽ.ഡി.എഫ് 63.

എൽ.ഡി.എഫ്. പ്രമുഖർ പലരും തോറ്റു.

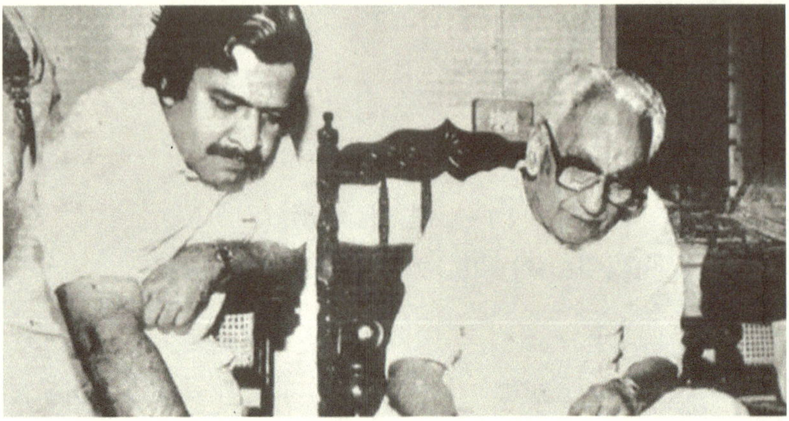

കെ. കരുണാകരന്റെ ശിഷ്യൻ രമേശ് ചെന്നിത്തല ഇരുപത്തിയഞ്ചാം വയസ്സിൽ ഹരിപ്പാട് നിന്നും അസംബ്ലിയിൽ എത്തി. ആര്യാടൻ മുഹമ്മദ് സിറ്റിങ് സീറ്റായ നിലമ്പൂരിൽ തോറ്റു. മലപ്പുറത്തെ ഡി.സി.സി. പ്രസിഡണ്ടായ ടി.കെ. ഹംസക്കു ടിക്കറ്റ് കിട്ടിയില്ല. ടി.കെ. ഹംസ സീറ്റിനായി പലയിടത്തും ചോദിച്ചു. കോൺഗ്രസ് അദ്ദേഹത്തിന് സീറ്റ് കൊടുത്തില്ല. അദ്ദേഹം കോൺഗ്രസ് പാർട്ടി വിട്ടു. സി.പി.എം. പിന്തുണയോടെ മത്സരിച്ചു. ടി.കെ. ഹംസ വിജയിച്ചു.

1982 മെയ് 24ന് കോൺഗ്രസ് 19 അംഗ മന്ത്രിസഭ രൂപീകരിച്ചു. കരുണാകരൻ മുഖ്യമന്ത്രിയായി. സി.എച്ച് മുഹമ്മദ്കോയ ഉപമുഖ്യമന്ത്രിയായി. കെ. കരുണാകരൻ മുഖ്യമന്ത്രിയാകുന്നത് മൂന്നാംതവണ. 1982 നവംബർ 20ന് മറൈൻഡ്രൈവിൽ കോൺഗ്രസ് മഹാസമ്മേളനം നടത്തുന്നു. ഇന്ദിരാ കോൺഗ്രസും ആന്റണി കോൺഗ്രസും ഒരുമിച്ച് ഇന്ത്യൻ നാഷണൽ കോൺഗ്രസ് ആയിമാറുന്നു.

1983ൽ സി.എച്ച് മുഹമ്മദ്കോയ നിര്യാതനായി. കേന്ദ്രത്തിൽ ഇന്ദിരാഗാന്ധി അധികാരത്തിലെത്തി. അകാലിദൾ പ്രശ്നത്തിൽ പഞ്ചാബ് സംഘർഷഭരിതമായി. ജർണയിൽസിംഗ് ഭിന്ദ്രൻവാലയുടെ നേതൃത്വത്തിൽ ഖാലിസ്ഥാൻ വാദം ശക്തമായി. ആക്രമണങ്ങൾ. പഞ്ചാബ് പ്രശ്നം രൂക്ഷമായി.

സുവർണക്ഷേത്രത്തിൽ ഒളിച്ച ഭിന്ദ്രൻവാലയെ നേരിടാൻ ഓപ്പറേഷൻ ബ്ലൂസ്റ്റാറുമായി ഇന്ദിരാഗാന്ധി രംഗത്ത്. ഓപ്പറേഷൻ വിജയകരമായി പൂർത്തീകരിക്കുന്നു. പക്ഷേ സിക്ക് ജനത ഇന്ദിരാഗാന്ധിക്കെതിരെ തിരിയുന്നു. ഓപ്പറേഷൻ കഴിഞ്ഞ് നാല്മാസം കഴിയുംമുന്നേ സ്വന്തം അംഗരക്ഷകരാൽ വെടിയേറ്റ് ഇന്ദിരാഗാന്ധി കൊല്ലപ്പെട്ടു. സ്വതന്ത്ര

സിംഗ്, ബിർസിംഗ് എന്നിവരായിരുന്നു ആ കൊലപാതകത്തിലെ അംഗ രക്ഷകർ.

ഡൽഹിയിലെ സിക്ക് കൂട്ടക്കൊല. ഡൽഹിയിൽ സിക്കുകാർ വേട്ട യാടി കൊല്ലപ്പെടുന്നു. വന്മരങ്ങൾ വീഴുമ്പോൾ എന്ന ചരിത്രപ്രസിദ്ധ മായ കോൺഗ്രസ് പ്രസ്താവനയും ഈ കാലഘട്ടത്തിൽ ഓർമ്മിക്കേ ണ്ടതായുണ്ട്. ലോകസഭാ തിരഞ്ഞെടുപ്പിൽ ദേശീയതലത്തിൽ 404 സീറ്റുകൾ നേടി കോൺഗ്രസ് അധികാരത്തിൽ എത്തി.

രാജീവ്ഗാന്ധി പ്രധാനമന്ത്രി

കേരള നിയമസഭാ സ്പീക്കറായിരുന്ന വക്കം പുരുഷോത്തമൻ ആല പ്പുഴയിൽനിന്നും എം.പി.യായി ലോകസഭയിലേക്ക് തിരഞ്ഞെടുക്കപ്പെ ട്ടു. ആ ഒഴിവിൽ പകരം വി.എം. സുധീരൻ നിയമസഭാസ്പീക്കറായി. മുഖ്യമന്ത്രി കെ. കരുണാകരനും സ്പീക്കറായ വി.എം. സുധീരനും തമ്മിൽ അഭിപ്രായവ്യത്യാസമുണ്ടാകുന്നു. മുഖ്യമന്ത്രിയും സ്പീക്കറും നേർക്കുനേർ..

പ്രായപൂർത്തിയാകാത്ത മകളെ വിവാഹം കഴിപ്പിച്ച് അയച്ചു എന്ന പ്രശ്നത്തിൽ എം.പി. ഗംഗാധരൻ ജലസേചനമന്ത്രിസ്ഥാനം രാജി വെച്ച് ഒഴിയേണ്ടിവന്നു. നവാബ് രാജേന്ദ്രൻ എന്ന ഒറ്റയാൾ നടത്തിയ നിയമപ്രശ്നങ്ങൾക്കും പോരാട്ടങ്ങൾക്കും ഒടുവിലായിരുന്നു അത് സംഭവിച്ചത്. ആ ഒഴിവിൽ പകരം മന്ത്രിയായി കരുണാകരശിഷ്യൻ രമേശ് ചെന്നിത്തല. 29-ാം വയസ്സിൽ മന്ത്രിയായി സത്യപ്രതിജ്ഞ ചെയ്തു.

വയലാർ രവി രാജിവെച്ചു. ആഭ്യന്തരവകുപ്പ് വാങ്ങി മൃഗസംര ക്ഷണം കൊടുത്തു എന്ന പരാതി പറഞ്ഞായിരുന്നു രാജി. കേരള ത്തിൽ പഞ്ചാബിൽ നടത്തുന്ന പോലെ സമരം ചെയ്യണമെന് ആർ. ബാലകൃഷ്ണപ്പിള്ളയുടെ പ്രസംഗം വിവാദമായി. പിള്ളയുടെ പ്രസം ഗത്തെ ഖലിസ്ഥാൻ വാദവുമായി ബന്ധപ്പെടുത്തി രാജ്യദ്രോഹക്കുറ്റം ചുമത്തുന്നു. ബാലകൃഷ്ണപിള്ളയ്ക്ക് മന്ത്രിസ്ഥാനം രാജിവെക്കേണ്ടി വന്നു. കമ്മീഷനെ വെച്ച് അന്വേഷിച്ചു. പിള്ള വീണ്ടും മന്ത്രിയായി.

ടി.എം. ജേക്കബ് വിദ്യാഭ്യാസമന്ത്രി ആയിരിക്കുന്ന സമയത്തു എസ്. എഫ്.ഐ. സമരം തുടങ്ങി. സ്വകാര്യ പോളിടെക്നിക്ക് കോളേജ് അനു വദിച്ചുകൊണ്ടുള്ള ഉത്തരവ്, പ്രീഡിഗ്രി ബോർഡ് രൂപീകരണം, പോലീസ് അതിക്രമം തുടങ്ങിയ കാര്യങ്ങൾ സർക്കാറിനെ വല്ലാതെ തളർത്തി.

ഈ കാലഘട്ടത്തിലാണ് ഇടുക്കിയിലെ കുപ്രസിദ്ധമായ തങ്കമണി

എം.വി.രാഘവനെ പുറത്താക്കി

വെടിവെപ്പ് നടക്കുന്നത്. സ്വകാര്യ ബസ് ജീവനക്കാരും വിദ്യാർത്ഥികളും തമ്മിൽ സംഘർഷം. പോലീസ് ബസ്സുടമകൾക്കൊപ്പം ചേർന്ന് വിദ്യാർത്ഥികളെ മർദ്ദിക്കുന്നു. കോഴിമല അവറാച്ചൻ എന്നയാൾ മരിക്കുന്നു. മാത്യു എന്നയാൾക്ക് രണ്ടു കാലുകളും നഷ്ടപ്പെടുന്നു. പോലീസ് വീട്ടിൽകയറി ബലാത്സംഗ ഭീഷണി മുഴക്കുന്നു. തങ്കമണിയിൽ ആകെ പ്രശ്നമായി. ഇത് സർക്കാരിന്റെ പ്രതിച്ഛായയെ വല്ലാതെ ഉലച്ചു.

സി.പി.എം. ഈ അവസരത്തിൽ ന്യൂനപക്ഷ ഭൂരിപക്ഷ നിലപാടുകൾ വ്യക്തമാക്കി. മതനിരപേക്ഷമായ ഇടതുപക്ഷ ആശയമാണ് വേണ്ടതെന്നു ഇ.എം.എസ്. മുന്നോട്ടുവയ്ക്കുന്നു. ന്യൂനപക്ഷങ്ങളെ കൂടെ കൂട്ടണം എന്ന് ഒരുപക്ഷം വാദിക്കുന്നു. മുസ്ലീംലീഗും കേരള കോൺഗ്രസും വേണം എന്നൊരു വാദവുമായി എം.വി. രാഘവൻ, ഇ.കെ. നായനാർ, പുത്തലത്ത് നാരായണൻ, കെ. കുഞ്ഞിക്കണ്ണൻ എന്നിവർ ഔദ്യോഗികരേഖക്കെതിരെ ബദൽരേഖ അവതരിപ്പിച്ചു. അവസാനം കണ്ണൂരിലെ എം.വി.ആർ. എന്ന എം.വി. രാഘവൻ പാർട്ടിയിൽനിന്ന് പുറത്താക്കപ്പെട്ടു.

കണ്ണൂരിൽ ഏറെ സ്വാധീനമുള്ള എം.വി. രാഘവൻ പുതിയ പാർട്ടി രൂപീകരിച്ചു. സി.എം.പി. എന്ന പാർട്ടിയുടെ രൂപീകരണം സി.പി.എമ്മിനെ പ്രതിരോധത്തിലാക്കി.

1987 തിരഞ്ഞെടുപ്പ്
ചുവപ്പിന്റെ വിജയങ്ങൾ

വനിതാമുഖം

വീണ്ടും കേരളം നിയമസഭാ തിരഞ്ഞെടുപ്പിലേക്ക്. അഞ്ചുവർഷങ്ങൾ പൂർത്തിയാക്കിയ ഒരു ഗവൺമെന്റിനുശേഷം 1987 മാർച്ച് മൂന്നാം തീയതി കേരളത്തിൽ ഇലക്ഷൻ നടന്നു.

സി.പി.എം. വീണ്ടും പിളർന്നു. സി.എം.പി. എന്ന പുതിയ പാർട്ടി എം.വി.ആറിന്റെ നേതൃത്വത്തിൽ രൂപീകരിച്ചു.

സി.പി.എം. ജയിച്ചാൽ കെ.ആർ. ഗൗരി മുഖ്യമന്ത്രിയാകുമെന്ന പ്രതീതി കേരളത്തിലുണ്ടായി. ഗൗരിയമ്മയാണ് താരമായി ആ വർഷത്തെ ഇലക്ഷനിൽ നിറഞ്ഞുനിന്നത്.

'കേരം തിങ്ങും കേരളനാട്ടിൽ കെ.ആർ. ഗൗരി നാട് ഭരിക്കും.' എന്നുള്ള മുദ്രാവാക്യം കേരളത്തിൽ എങ്ങും അലയടിച്ചു. ആലപ്പുഴ അരൂരിൽ നിന്ന് ഗൗരിയമ്മ മത്സരിച്ചു. വി.എസ്. അച്യുതാനന്ദൻ ആയിരുന്നു പാർട്ടി സെക്രട്ടറിയുടെ സ്ഥാനത്ത്.

തെരഞ്ഞെടുപ്പ് ഫലം

78 സീറ്റ് നേടി എൽ.ഡി.എഫ് അധികാരത്തിൽ എത്തുന്നു. ഇടതുപക്ഷം താരപ്രചാരക ഗൗരിയമ്മ കേവലം ഒരു മന്ത്രി മാത്രമായി ചുരുങ്ങുകയും ചെയ്തു. സി.പി.ഐ.എം. എന്ന പാർട്ടിയിലെ ഏറെ രാഷ്ട്രീയപരമായ ചർച്ചകൾക്ക് ഒടുവിൽ കാര്യങ്ങൾ തീരുമാനമാകുന്നു. ഏറമ്പാല കൃഷ്ണൻനായനാർ കമ്മ്യൂണിസ്റ്റ്

പാർട്ടി നിയോഗിച്ച മുഖ്യമന്ത്രിയായി അധികാരമേൽക്കുകയും ചെയ്തു.

പല വലിയ അട്ടിമറികളും അക്കാലത്ത് നടന്നിട്ടുണ്ട്. എം.കെ. സാനു മാഷ് എറണാകുളത്തുനിന്ന് ഈ ഇലക്ഷനിൽ വിജയിച്ചു. പുതിയ പാർട്ടിക്കാരനായി അഴീക്കോട് നിന്നും എം.വി.ആർ വിജയിച്ചു. പാർട്ടി പ്രശ്നങ്ങൾ കാരണം എം.പി. വീരേന്ദ്രകുമാർ രാജിവെച്ചുപോയി. മുഖ്യമന്ത്രിയായി നായനാർക്കു കഴിഞ്ഞ തവണത്തെ 1982ലെ പോലെ കടുത്ത വലിയ പരീക്ഷണങ്ങൾ ഒന്നും ഉണ്ടായില്ല എന്ന പറയുന്നതാവും ശരി.

സർക്കാരിന്റെ സുപ്രധാന തീരുമാനങ്ങൾ

- പ്രീഡിഗ്രി ബോർഡ് റദ്ദാക്കി
- കേരളത്തിൽ സാക്ഷരതാമിഷൻ കൊണ്ടുവന്നു
- ഈ ചന്ദ്രശേഖരൻ നായരുടെ നേതൃത്വത്തിൽ റേഷൻകട വിപുലീകരണം
- മാവേലി സ്റ്റോറുകൾ

ലോകസഭാ തിരഞ്ഞെടുപ്പ്

1989ൽ പാർലമെന്റ് ഇലക്ഷൻ നടക്കുമ്പോൾ ബോഫോഴ്സ് ആയിരുന്നു പ്രധാന ദേശീയ ചർച്ചാ വിഷയം, കൂടെ കോൺഗ്രസിന്റെ പ്രശ്നവും. ബോഫേഴ്സ് പ്രശ്നം മുന്നിൽ കാട്ടി ബി.ജെ.പി. അഹോരാത്രം പണിയെടുത്തു. കൂടെ അന്നത്തെ പ്രതിപക്ഷകക്ഷികളും. ഫലം വന്നപ്പോൾ കോൺഗ്രസ് വീഴുന്നു. വി.പി.സിംഗ് പ്രധാനമന്ത്രിയാവുന്നു. അദ്ദേഹം ബി.ജെ.പി.യുടെയും ഇടതു പിന്തുണയുടെയും ബലത്തിൽ കേന്ദ്രത്തിൽ അധികാരത്തിൽ. എന്നാൽ തന്ത്രപരമായി വി.പി. സിംഗ് ഗവർമെന്റിനെ കോൺഗ്രസ് വീഴ്ത്തി. കേരളത്തിലെ ലോകസഭാ റിസൾട്ട് 17–03 ആയിരുന്നു.

ലോകസഭ തെരഞ്ഞെടുപ്പിൽ നിയമസഭ വിട്ട് രമേശ് ചെന്നിത്തല കോട്ടയത്തുനിന്നും എം.പി.യായി. കേരള കോൺഗ്രസിൽ കലഹം, പിളർപ്പ്. മൂവാറ്റുപുഴ സീറ്റിനെചൊല്ലി തർക്കം. ഒരുവിഭാഗം യു.ഡി.എഫ്. വിട്ടു. കേരള കോൺഗ്രസ് വീണ്ടും പിളർന്നു. പി.ജെ. ജോസഫ് കെ.എം. മാണി വിഭാഗങ്ങളായി വേർപിരിഞ്ഞു.

പി.ജെ. ജോസഫ് സ്വതന്ത്രനായി മത്സരിച്ച് തോറ്റു. പിന്നീട് പി.ജെ. ജോസഫ് ഇടതുപക്ഷത്തിനൊപ്പം വന്നു. എന്നാൽ ആർ. ബാലകൃഷ്ണപ്പിള്ള പി.ജെ ജോസഫിനൊപ്പം പോയില്ല. യു.ഡി.എഫിന്റെ കൂടെ നിന്നു. കൂറുമാറ്റ നിരോധന നിയമപ്രകാരം പി.ജെ. ജോസഫിനെ നിയമസഭാ സ്പീക്കർ അയോഗ്യനാക്കി.

1991ൽ കേരളത്തിൽ ജില്ലാ കൗൺസിൽ തിരഞ്ഞെടുപ്പ് നടന്നു. 14ൽ 12ഉം ജയിച്ച് എൽ.ഡി.എഫ്. വൻ കരുത്തുകാട്ടി. ഈ വിഷയം നൽകിയ അമിത ആത്മവിശ്വാസത്തിൽ 9 മാസം കാലാവധി ശേഷിക്കേ മുഖ്യ മന്ത്രി നായനാർ നിയമസഭ പിരിച്ചുവിട്ടു. ഏകദേശം ഇതേ സമയത്തോടെ കേന്ദ്രത്തിൽ വി.പി. സിംഗ് ഗവൺമെന്റ് വന്നു. കോൺഗ്രസ് ചാട്ടുളിക്കു എയ്തുവീഴ്ത്തി എന്ന് പറയുന്നതാവും ശരി. അതുകൊണ്ടുതന്നെ കേന്ദ്ര ത്തിൽ പുതിയ ഗവർമെന്റിനെ തേടിയുള്ള തിരഞ്ഞെടുപ്പും നടന്നു.

ഇനി കേരളത്തിൽ ലോകസഭ, നിയമസഭ പൊതുതിരഞ്ഞെടുപ്പുകൾ ഒരുമിച്ച് നടത്തുമെന്ന് ഇലക്ഷൻ കമ്മീഷൻ പ്രഖ്യാപിച്ചു. 1991ൽ സി. പി.ഐ.എം. പാർട്ടി തീരുമാനം വരുന്നു. കമ്മ്യൂണിസ്റ്റ് പാർട്ടി സംഘടന രംഗത്തുള്ളവർ ഭരണരംഗത്തേക്കും ഭരണരംഗത്തുള്ളവർ നേരെ സംഘ ടനരംഗത്തും വരണമെന്ന കാര്യവുമായിരുന്നു ആ സുപ്രധാന തീരുമാ നം.

സിപി.എമ്മിന്റെ കണക്കുകൂട്ടലുകൾ വളരെ വലുതായിരുന്നു. അടുത്ത തിരഞ്ഞെടുപ്പിലേക്ക് പോകുമ്പോൾ 1991ലെ മിന്നും ജയം നേടാനുള്ള എല്ലാവിധ സാഹചര്യവും ഉണ്ടായിരുന്നു. നായനാരുടെ മികച്ച ഭരണം, ജനങ്ങൾ നൽകിയ അനുകൂലമായ ലോകസഭാ തിര ഞ്ഞെടുപ്പ് ഫലം, ജില്ലാ കൗൺസിലിലെ മികച്ച വിജയം, അടുത്ത തിരഞ്ഞെടുപ്പ് തോൽക്കാനുള്ള വലിയ ഒരു സാധ്യതയും മുന്നിലില്ല. എന്നാൽ ഇത് കേരളമാണ്. ഇവിടുത്തെ രാഷ്ട്രീയം വളരെ വ്യത്യ സ്തമാണ് എന്ന് കാണിക്കുന്ന ഒരു തിരഞ്ഞെടുപ്പായിരുന്നു നമ്മളെ കാത്തിരുന്നത്.

1991 തിരഞ്ഞെടുപ്പ്
കോൺഗ്രസ് വിജയങ്ങൾ

ശക്തിയോടെ ഇടതുപക്ഷം

1991 ജില്ലാ കൗൺസിൽ സി.പി.എം. നേടിയ അത്യുജ്ജ്വലമായ വിജയത്തിൽ അമിതമായ ആത്മവിശ്വാസവുമായി നിയമസഭ നേരത്തെ പിരിച്ചുവിട്ട് സി.പി.എം. ഇലക്ഷനെ നേരിട്ടു. ലോകസഭാ ഇലക്ഷനും നിയമസഭ ഇലക്ഷനും ഒരുമിച്ചു നടന്നു. വി.എസ്. അച്യുതാനന്ദൻ പാർട്ടി സെക്രട്ടറിയായിരുന്നു അക്കൊല്ലവും.

പ്രചരണത്തിനിടയിൽ കേരള കോൺഗ്രസ് നേതാവ് ബാബു ചാഴിക്കാടൻ ഇടിമിന്നലേറ്റ് മരിക്കുന്നു. തുറന്ന ജീപ്പിൽ രമേശ് ചെന്നിത്തലക്കൊപ്പം തെരഞ്ഞെടുപ്പ് പ്രചരണവുമായി ബന്ധപ്പെട്ട് സഞ്ചരിക്കുമ്പോഴായിരുന്നു മരണം.

കേന്ദ്രത്തിൽ അധികാരം പിടിക്കാൻ രാജീവ്ഗാന്ധിയുടെ നേതൃത്വത്തിൽ കഠിനപ്രയത്നം. ഏറെ കേസുകൾ കൊണ്ടും പ്രശ്നങ്ങൾകൊണ്ടും കലാപകലുഷിതമായിരുന്നു കോൺഗ്രസ്. ദേശീയതലത്തിൽ കോൺഗ്രസ് നേരിട്ട പ്രധാന വെല്ലുവിളികൾ നോക്കാം.

- ബോഫോഴ്സ് അഴിമതി
- കോൺഗ്രസിലെ പിളർപ്പ്
- മണ്ഡൽ കമ്മീഷൻ വിരുദ്ധ പ്രക്ഷോഭങ്ങൾ
- അയോധ്യ പ്രസ്ഥാനം
- വർദ്ധിച്ചുവരുന്ന ഹിന്ദുത്വ തീവ്രവാദം

1991 മെയ് 21-ാം തീയതി.

തമിഴ്നാട്ടിലെ മുതിർന്ന കോൺഗ്രസ് നേതാവായ മരഗതം ചന്ദ്രശേഖറിന് വേണ്ടിയുള്ള ലോകസഭ തിരഞ്ഞെടുപ്പ് പ്രചരണത്തിനു രാജീവ്ഗാന്ധി തമിഴ്നാട്ടിൽ എത്തി. രാജീവ്ഗാന്ധി കൊല്ലപ്പെടുന്നു. തമിഴ്നാട്ടിലെ ശ്രീപെരുമ്പത്തൂർ വച്ചു നടന്ന ഇലക്ഷൻ പ്രചരണത്തിനിടെ രണ്ടു

പെൺകുട്ടികളെ മനുഷ്യബോംബ് ആയി മാറി ഉള്ള ആക്രമണമായിരുന്നു അത്. ശ്രീലങ്കയിലേക്ക് ഇന്ത്യൻ സൈന്യത്തെ അയച്ചതിന് പ്രതികാര മായി എൽ.ടി.ടി.ഇ. ആയിരുന്നു അത് ചെയ്തത്. ദേശീയനേതാവ് രാജീ വ്ഗാന്ധിയുടെ മരണത്തോടുകൂടി രാജ്യത്തെങ്ങും കോൺഗ്രസ് അനു കൂല സഹതാപതരംഗം അലയടിക്കുന്നു.

അങ്ങനെ കേന്ദ്രത്തിലേക്കുള്ള ഇലക്ഷൻ നടന്നു. തിരഞ്ഞെടുപ്പ് ഫല ങ്ങൾ വരുന്നു.

ലോകസഭാഫലങ്ങൾ

കോൺഗ്രസ് 244

ബി.ജെ.പി. 120

ജനദാതൾ 64

സി.പി.എം. 35

സി.പി.ഐ. 14

240 സീറ്റ് നേടി കോൺഗ്രസിലെ നരസിംഹറാവു പ്രധാനമന്ത്രിയാ കുന്നു.

കേരളത്തിലെ ലോകസഭാ റിസൾട്ടുകൾ

യു.ഡി.എഫ് 16

എൽ.ഡി.എഫ്. 4

കേരളത്തിലെ നിയമസഭാ റിസൾട്ടുകൾ

യു.ഡി.എഫ്. 92

എൽ.ഡി.എഫ്. 48

കേന്ദ്രത്തിൽ 120ൽ അധികം സീറ്റുകൾ നേടിയ ബി.ജെ.പി.ക്ക് കേരളത്തിൽ ആകെ ലഭിച്ച വോട്ട് 5.53 ശതമാനം മാത്രമായിരുന്നു. ഏറെ കൊട്ടിഘോഷിക്കപ്പെട്ട ഈ വിജയത്തിനുശേഷം കോൺഗ്രസ് അധികാരത്തിലെത്തുന്നു. കെ. കരുണാകരൻ മുഖ്യമന്ത്രിയാവുന്നു. ആദ്യം നായനാരും പിന്നീട് വി.എസ്. അച്യുതാനന്ദൻ പ്രതിപക്ഷ നേതാവുമായി. സി.പി.ഐ.എം. സംസ്ഥാന സെക്രട്ടറി പദവിയും ഇവർ രണ്ടുപേരും മാറിമാറി അലങ്കരിച്ചു. മന്ത്രിസഭാരൂപീകരണം കരുണാകരന് ഏറെ തലവേദനകൾ സൃഷ്ടിച്ചു. എ, ഐ ഗ്രൂപ്പുകൾ തമ്മിലുള്ള തർക്കങ്ങളായിരുന്നു ഇവയിലേറെയും പ്രശ്നങ്ങൾ സൃഷ്ടിച്ചത്.

ഇതേസമയം വി.എം. സുധീരൻ-കെ.കരുണാകരൻ പോരു തുടങ്ങുകയും ചെയ്തു. കഴിഞ്ഞ തവണത്തെ സ്പീക്കർ മുഖ്യൻ വഴക്കിന്റെ തുടർച്ചതന്നെ. വി.എം. സുധീരനെ മന്ത്രിയാക്കാൻ പറ്റില്ല എന്ന് പറഞ്ഞ് കെ. കരുണാകരൻ ഉറച്ചുനിന്നു. കരുണാകരൻ അങ്ങനെ സുധീരനെ മന്ത്രിയാക്കിയില്ലെങ്കിൽ എ ഗ്രൂപ്പ് മന്ത്രിസഭയിലേക്കില്ല എന്ന നിലപാടിൽ ഉറച്ചുനിന്നു. അവസാനം ഉമ്മൻചാണ്ടി മന്ത്രിയാവുന്നു. ഈ സമയത്തു എ ഗ്രൂപ്പിന് മുന്നിൽനിന്ന് നയിച്ചത് ഉമ്മൻചാണ്ടിയാണ്.

1991ലെ കെ.പി.സി.സി. പ്രസിഡണ്ട് തിരഞ്ഞെടുപ്പ്

കരുനീക്കങ്ങളുമായി കരുണാകരൻ രംഗത്ത് വരുന്നു. കരുണാകരന്റെ ഐ ഗ്രൂപ്പ് സ്ഥാനാർത്ഥിയായി വയലാർ രവി രംഗപ്രവേശം ചെയ്യുന്നു. ആന്റണിയുടെ അടുത്ത സുഹൃത്തും വിശ്വസ്തനുമായിരുന്നു വയലാർ രവി (ഇത് ആന്റണിപക്ഷത്തെ എ ഗ്രൂപ്പിനെ പൂട്ടാനുള്ള നീക്കമായി പറയുന്നു.).

ഇതേത്തുടർന്ന് എ.കെ. ആന്റണിയും വയലാർ രവിയും തമ്മിൽ അകലുന്ന അവസ്ഥ രൂപപ്പെടുന്നു. ഒടുവിൽ വയലാർ രവി ജയിക്കുന്നു. എ.കെ. ആൻണി തോൽക്കുന്നു.

കെ. മുരളീധരനെ തന്റെ പിൻഗാമി ആക്കുവാനുള്ള ശ്രമങ്ങളുമായി കരുണാകരൻ മുൻപോട്ടു പോകുന്നു. എന്നാൽ ഐ ഗ്രൂപ്പിൽ കരുണാകരൻ തന്നെ വളർത്തിയ തന്റെ യുവനിര ഇതിനെ എതിർക്കാൻ തുടങ്ങുന്നതും കരുണാകരൻ കണ്ടു.

1992ൽ ഓവർ സ്പീഡിൽ പോയ കരുണാകരന്റെ വാഹനമിടിച്ച് ഒരു കുട്ടി മരിക്കുന്നു. വണ്ടി ഇടിച്ചു പരിക്കേറ്റ മുഖ്യമന്ത്രി യു.എസ്. ചികിത്സയ്ക്ക് പോകുന്നു. കരുണാകരൻ വിദേശത്തുപോയ ഈ അവസര

ത്തിൽ അധികാരം മുരളിയിലേക്ക് എത്തിയോ എന്ന് ഐ ഗ്രൂപ്പിലെ നേതാക്കൾതന്നെ സംശയിക്കുന്നു. ഇതേത്തുടർന്ന് ഐ ഗ്രൂപ്പ് നേതാക്കൾ കരുണാകരനെതിരെ തിരിയുന്നു എന്നതും കേരളം കണ്ടു. ജി. കാർത്തിയേകൻ, രമേശ് ചെന്നിത്തല, എം.ഐ. ഷാനവാസ് എന്നിവരുടെ നേതൃത്വത്തിൽ തിരുത്തൽവാദി എന്ന പുത്തൻ ആശയവുമായി ഒരു സഖ്യം ഉദയം കൊള്ളുന്നു.

കരുണാകരനെതിരെ പാമോയിൽ ഇറക്കുമതിയിൽ അഴിമതി നടന്നു എന്ന ആരോപിച്ച് വി.എസ്.അച്യുതാനന്ദൻ ആഞ്ഞടിക്കുന്നു. ആറര ക്കോടി രൂപ കേരളത്തിന് നഷ്ടമുണ്ടാക്കി എന്ന സി.എ.ജി. റിപ്പോർട്ട് നൽകി അത് സർക്കാറിന്റെ ശോഭ വല്ലാതെ കെടുത്തി.

കോൺഗ്രസ് നേതാവ് എം.എം ഹസ്സന്റെ നേതൃത്വത്തിലുള്ള നിയമസഭാസമിതി അഴമതിനടന്നു എന്ന് കണ്ടെത്തി. ആന്റണി പക്ഷത്തിന്റെ ഗ്രൂപ്പായ എ ഗ്രൂപ്പ് ഈ വിഷയത്തിൽ വാ തുറന്നില്ല. ഉമ്മൻചാണ്ടിയാണ് ഇതിന് പിന്നിലെന്ന് പറയുന്നവരുമുണ്ട്.

അക്കാലഘട്ടത്തിൽ കോൺഗ്രസ് മുന്നണിക്ക് രാജ്യസഭയിൽ രണ്ട് സീറ്റ് ഒഴിവ് വരുന്നു. അതിലൊന്ന് മുഖ്യമന്ത്രിയായ കെ.കരുണാകരൻ ലീഗിന് കൊടുത്തു. ഉമ്മൻചാണ്ടി മന്ത്രിസ്ഥാനം രാജിവെക്കുന്നു. രാജിക്ക് കാരണമായി പറയുന്നത് ഈ രാജ്യസഭാ സീറ്റ് ലീഗിന് നൽകി എന്നതാണ്.

ചാരക്കേസ്

ഐഎസ്ആർഒ ബഹിരാകാശ സാങ്കേതികവിദ്യ ചോർത്താൻ ചാരവനിതകളുടെ സഹായത്താൽ ഗൂഢനീക്കം നടന്നു എന്നായിരുന്നു ആക്ഷേപം. ശാസ്ത്രജ്ഞനായ നമ്പി നാരായണൻ, സുന്ദരികളായ മറിയം റഷീദ, ഫൗസിയ ഹസൻ എന്നിവർ പത്രങ്ങളിൽ നിറഞ്ഞുനിന്നു, ഐജി രമൺ ശ്രീവാസ്തവ അടക്കം ആരോപണ വിധേയരായി. കരുണാകരനെതിരെ പ്രതിപക്ഷത്തെക്കാൾ കൂടുതൽ ഇക്കാര്യത്തിൽ അക്രമം നടത്തിയത് ആന്റണി പക്ഷക്കാരായിരുന്നു. ഉമ്മൻചാണ്ടി പൊതുയോഗങ്ങൾ വിളിച്ച് കരുണാകനെ തള്ളിപ്പറഞ്ഞു. മുഖ്യമന്ത്രിയെ വാക്കുകളാൽ അതിക്രമി

ക്കുകയും പ്രസംഗങ്ങളിലൂടെ ഉമ്മൻചാണ്ടി കത്തിക്കയറുകയും ചെയ്തു.

കൂത്തുപറമ്പ് വെടിവെപ്പ്

ഇതേസമയം തന്നെയാണ് എം.വി. രാഘവനെതിരെ സമരം നടത്തിയ ഡി.വൈ.എഫ്.ഐ പ്രവർത്തകർ കണ്ണൂരിലെ കൂത്തുപറമ്പ് വെടിവെപ്പിൽ മരിക്കുന്നത്. വിദ്യാഭ്യാസത്തിലെ സ്വാകാര്യവത്കരണത്തിൽ പ്രതിഷേധിച്ച് ഡി.വൈ.എഫ്.ഐ നടത്തിയ സമരത്തിനെതിരെയായിരുന്നു വെടിവെപ്പ്.

1994 നവംബറിൽ കൂത്തുപറമ്പിൽ വെടിവെപ്പ് നടന്നു. അഞ്ചുപേർ ഇതിൽ മരണപ്പെടുന്നു. ഡിവൈഎഫ്ഐ പ്രവർത്തകർ വെടിവെപ്പിൽ കൊല്ലപ്പെട്ടതിൽ പ്രതിഷേധിച്ച് കേരളം സമരമുഖരിതമായി. എ ഗ്രൂപ്പ് (ആന്റണിപക്ഷം) പ്രതിപക്ഷത്തിന് ഒപ്പംചേർന്ന് കരുണാകരന് എതിരെ അതിശക്തമായി രംഗത്ത് വന്നു. ഉമ്മൻചാണ്ടിയുടെ നേതൃത്വത്തിൽ ധാർമ്മികത ആയുധമാക്കി കെ. കരുണാകരനെ കടന്നാക്രമിച്ച് ഒരു ധാർമികയുദ്ധം നടത്തി. 20 എ ഗ്രൂപ്പ് എം.എൽ.എ.മാർ കരുണാകരനെ മാറ്റാൻ വേണ്ടി രംഗത്തുവന്നു. ആന്റണി പക്ഷത്ത് നിന്ന് 20 എം.എൽ.എ.മാർ കരുണാകരനെ മാറ്റാൻ ഹൈക്കമാന്റിന് നിവേദനം നൽകി. 1995 മാർച്ച് 16ന് കരുണാകരൻ രാജിവെച്ചു.

കേന്ദ്രത്തിൽ പഞ്ചസാര അഴിമതിയുമായി ബന്ധപ്പെട്ട മന്ത്രിസ്ഥാനം രാജിവെച്ച് ആന്റണി ഡൽഹിയിൽനിന്ന് കേരളത്തിലെത്തിയ കാലം.

ആന്റണി ഉടനടി മുഖ്യമന്ത്രിയാവുന്നു. ആന്റണി ഒരുവർഷം മാത്രം മുഖ്യ മന്ത്രിയായി. ഇടമലയാർ കേസിൽപെട്ട ആർ ബാലകൃഷ്ണപിള്ള രാജി വെയ്ക്കുന്നു. ചാരായ നിരോധന ആക്ട് കേരളത്തിൽ ആന്റണി കൊണ്ടു വന്നു.

ശിവഗിരിയിൽ രണ്ട് വിഭാഗം സ്വാമിമാർ തമ്മിലുള്ള സംഘർഷം തീർക്കാൻ ആന്റണി പോലീസിനെ അയച്ചു. പോലീസിന്റെ വക നല്ല തല്ലുകിട്ടി സ്വാമിമാർക്ക്. നിരവധി സ്വാമിമാർക്ക് പരിക്ക് പറ്റി. ശിവഗിരി പീഠത്തിൽ സന്യാസിമാർക്കെതിരെ പോലീസിന്റെ ഇടപെടൽ. കേരള ത്തിൽ മൊത്തം പ്രതിഷേധം ആളിപ്പടർന്നു.

കേന്ദ്രത്തിൽ ധനമന്ത്രിയായി മൻമോഹൻ സിംഗ് അധികാരമേറ്റെടു ത്തു. മൻമോഹൻസിംഗ് പുത്തൻ സാമ്പത്തിക പരിഷ്കാരങ്ങൾ രാജ്യത്ത് കൊണ്ടുവന്നു.

നെഹ്റുവിയൻ ആശയങ്ങളിൽനിന്നും മുതലാളിത്തത്തിലേക്ക് പതിയെ കോൺഗ്രസ് കാഴ്ചപ്പാട് മാറുന്നു.

സി.പി.ഐ.എമ്മിൽനിന്ന് ഗൗരിയമ്മയെ പുറത്താക്കി. ആദ്യം സ്റ്റേറ്റ് കമ്മറ്റിയിൽനിന്നും പിന്നീട് ജില്ലാ കമ്മറ്റിയിൽനിന്നും തരംതാഴ്ത്തിയ ശേഷമായിരുന്നു അനിവാര്യമായ പുറത്താക്കൽ.

1992 രാമജന്മഭൂമി ബാബരി മസ്ജിദ് തർക്കം. പള്ളി പൊളിച്ചതിനെ തുടർന്ന് വർഗീയ സംഘർഷങ്ങൾ രാജ്യമെമ്പാടും അരങ്ങേറി. അതു വരെ രാജ്യത്തുണ്ടായ ഹിന്ദുത്വ തീവ്രവാദത്തിന് എതിരായി ഇസ്ലാമിക

തീവ്രവാദം രാജ്യത്ത് ഉയർന്നുവന്നു. ഇബ്രാഹിം സുലൈമാൻ സേട്ട് ഐഎൻഎൽ ഉണ്ടാക്കി മുസ്ലീം ലീഗ് വിടുന്നു. ആ പിളർപ്പിന് സുലൈമാൻ സേട്ട് കാരണമായി പറഞ്ഞത് കോൺഗ്രസ് പള്ളി പൊളിക്കലിൽ പ്രതികളാണെന്ന് ആയിരുന്നു.

1996 തിരഞ്ഞെടുപ്പ്
നായനാർ ഭരണം

ലോകസഭയിലേക്കും നിയമസഭയിലേക്കും വേണ്ടി ഒരുമിച്ച് നടന്ന ഒരു തെരഞ്ഞെടുപ്പായിരുന്നു 1996ൽ കേരളത്തിൽ നടന്നത്. കേരളം വീണ്ടും ഒരു പ്രതിസന്ധി കൂടി അഭിമുഖീകരിക്കുന്നു. കേരളത്തിൽ ഏറെ കോളിളക്കം സൃഷ്ടിച്ച സൂര്യനെല്ലി പീഡനക്കേസ് മാധ്യമങ്ങളിൽ സജീവമായി കത്തിനിൽക്കുന്നു. കമ്മ്യൂണിസ്റ്റ് പാർട്ടി സെക്രട്ടറിയായിരുന്ന ഇ.കെ. നായനാർ നിയമസഭാ തിരഞ്ഞെടുപ്പിൽ മത്സരിച്ചില്ല.

ഇക്കുറി വി.എസ്. അച്യുതാനന്ദൻ ജയിച്ചാൽ കേരളത്തിന്റെ മുഖ്യമന്ത്രി ആകുമെന്ന് പരക്കെ ഒരു സംസാരം പരന്നു. തെരഞ്ഞെടുപ്പിന് നേരിട്ട് യു.ഡി.എഫ്, തുറുപ്പുചീട്ടായി മുന്നിൽ കണ്ടത് ചാരായനിരോധനം ആയിരുന്നു. കരുണാകരൻ രാജിവച്ച ഒഴിവിൽ വന്ന ആന്റണി സർക്കാരിന്റെ ചാരായനിരോധനം മൊത്തത്തിൽ ഏറ്റില്ല.

1996 ഏപ്രിൽ ഫലം വന്നപ്പോൾ 80 സീറ്റുമായി എൽ.ഡി.എഫ്. കേരള നിയമസഭയിലേക്ക് വിജയിച്ചിരിക്കുന്നു.

എൽ.ഡി.എഫ്. 80

യു.ഡി.എഫ്. 60

എന്നുള്ള രീതിയിൽ നിയമസഭയിലേക്ക്. എന്നാൽ ലോകസഭയിൽ പത്ത്വീതം. രണ്ടുപേരും തുല്യത പാലിച്ചു.

തെരഞ്ഞെടുപ്പ് ഫലത്തിൽ ഏറെ ശ്രദ്ധിക്കപ്പെട്ടത് കഴിഞ്ഞ ആന്റണി സർക്കാറിൽ മന്ത്രിയായിരുന്ന കെ.ആർ. ഗൗരിയമ്മ യു.ഡി. എഫ്. സ്ഥാനാർത്ഥിയായി മത്സരിച്ചു ജയിച്ചു എന്നതാണ്. അതേസമയം എം.വി രാഘവൻ ആറന്മുളയിൽ കവി കടമ്മനിട്ടയോട് തോറ്റതും ഇതേ കാലത്താണ്.

ഈ വിജയത്തിലും ഏറെ ചർച്ച ചെയ്യപ്പെട്ടത് കേരളത്തിൽ അന്ന് ഇടതുപക്ഷത്തിനു ഒരു സീറ്റിൽ വന്ന പരാജയമായിരുന്നു. രാഷ്ട്രീയപരമായി അത് കേരളത്തിൽ വലിയ കോളിളക്കങ്ങൾ സൃഷ്ടിച്ചു. കാര്യം

വി.എസ്. അച്യുതാനന്ദൻ മാരാരിക്കുളത്ത് തോറ്റതായിരുന്നു. പി.ജെ. ഫ്രാൻസിസിനോട് തോറ്റത് 1965 വോട്ടിനായിരുന്നു.

പാർട്ടിക്കുള്ളിൽതന്നെ സിഐടിയു പക്ഷമാണ് വി.എസിനെ തോൽപിച്ചത് എന്ന ആരോപണമുയർന്നു. ഏറെ വിവാദമായി മാറിയ സി.ഐ.ടി.യു. വിഭാഗം വിഎസിനെ അട്ടിമറിച്ച ഈ സംഭവവും 96ലെ ഇലക്ഷൻ പ്രത്യേകതയാണ്. ഇതുതന്നെയായിരിക്കും കമ്മ്യൂണിസ്റ്റ് പാർട്ടിയിലെ ഗ്രൂപ്പ് വഴക്കിനും ഉൾപാർട്ടി പ്രശ്നങ്ങൾക്കും വഴിവച്ച ഒരു സംഭവം. എന്നിരുന്നാലും അവസാനം വി.എസ്. എന്ന രാഷ്ട്രീയതന്ത്രജ്ഞന്റെ പൂഴിക്കടകനിൽ തെരഞ്ഞെടുപ്പിൽപോലും മത്സരിക്കാത്ത നായനാർ കേരള മുഖ്യമന്ത്രിയാകുന്നു എന്നതായിരുന്നു മറ്റൊരു സവിശേഷത.

സുശീല ഗോപാലൻ മുഖ്യമന്ത്രിയാകുമെന്ന് അഭ്യൂഹം പടർന്നു. സി.ഐ.ടി.യു പക്ഷം വി.എസിനെ കാലുവാരിയ ശേഷം മുഖ്യമന്ത്രിയാകാൻ സുശീല ഗോപാലനെ നിർദ്ദേശിച്ചു. ഈ നിർദേശത്തെ ഇ.എം.എസ്. സപ്പോർട്ട് ചെയ്യുകയും ചെയ്തു. എന്നാൽ വി.എസ് ഇതിൽ തന്ത്രപരമായി ഇടപെട്ടു. നായനാരെ മുഖ്യമന്ത്രിയാക്കാനുള്ള നിർദ്ദേശം മുന്നോട്ടുവച്ചു. ഇ.കെ. നായനാരുടെ പേര് എടുത്തിട്ടുതന്നെ സി.ഐ.ടി.യു. പക്ഷത്തെ ഒതുക്കാൻ വേണ്ടിയായിരുന്നു എന്ന വാദവും കേൾക്കുന്നുണ്ട്. വി.എസിന്റെ സ്വന്തം ചടയൻ ഗോവിന്ദനെ പാർട്ടിയുടെ സംസ്ഥാന സെക്രട്ടറിയാക്കാനും ശ്രമം നടത്തി. ഇ.കെ. നായനാർ മുഖ്യമന്ത്രിയായി. അധികാരത്തിൽ വീണ്ടും വന്നു.

ഇ.കെ. നായനാർ സർക്കാർ പരിപാടികൾ

- 5 വർഷംകൊണ്ട് രണ്ടരലക്ഷം വീടുകൾ നിർമ്മിച്ച് നൽകി.
- ജനകീയാസൂത്രണം നടപ്പിലാക്കി
- പട്ടികജാതിക്കാർക്ക് വൈദ്യുതികണക്ഷൻ
- ലാവ്‌ലിൻ കമ്പനിയുമായി കരാറിലേർപ്പെട്ടു.
- 11000 കിലോമീറ്റർ റോഡ് നിർമ്മിച്ചു.

ഇതൊക്കെയായിരുന്നു പ്രധാന ഭരണനേട്ടങ്ങൾ. പിണറായി വിജയൻ ആയിരുന്നു ഈ മന്ത്രിസഭയിലെ വൈദ്യുതിമന്ത്രി. പിന്നീട് കോളിളക്കം സൃഷ്ടിച്ച ഒരു കേസിനും ഈ മന്ത്രിസ്ഥാനംകേരള രാഷ്ട്രീയത്തിൽ ഇടംപിടിച്ചു. ജനകീയാസൂത്രണം ആയിരുന്നു ഗവൺമെന്റിന്റെ പ്രധാന കാര്യപരിപാടി. ഇ.എം.എസിന്റെ വീക്ഷണത്തിന്റെ ഭാഗമായിരുന്നു ജനകീയാസൂത്രണം നടപ്പിൽ വരുത്തുക എന്നത്.

ഘടകകക്ഷിയായ ആർ.എസ്.പി. പിളർന്നു. ബേബി ജോൺ മുന്നണി വിട്ടു യു.ഡി.എഫിലേക്ക് പോയി. സി.ജെ. ചന്ദ്രചൂഡന്റെ കൂടെയുള്ള ഒരുവിഭാഗം ആർ.എസ്.പി. എൽ.ഡി.എഫിൽ തന്നെ തുടർന്നു. എൻ.സി.പി.യുടെ സ്പോർട്സ് മന്ത്രി ഷൺമുഖദാസിനുപകരം വി.സി. കബീർ മന്ത്രിയായി. ജനതാദൾ നീലലോഹിതദാസൻ നാടാർ രാജിവച്ചു. വകുപ്പ് സെക്രട്ടറിയായ സ്ത്രീയോട് അപമര്യാദയായി പെരുമാറി എന്നുള്ളതായിരുന്നു പ്രശ്നം. പി.ആർ.കുറുപ്പും രാജിവെച്ച് വനം ട്രാൻസ്പോർട്ട് സി.കെ. നാണു പകരം വന്നു. സർക്കാരിന് എക്സൈസ് വകുപ്പും ധനകാര്യവകുപ്പും ചെറിയതോതിലുള്ള പണി തന്നു. ട്രഷറിയിൽ പണമില്ല. അത് സർക്കാരിന് ചീത്തപ്പേര് ഉണ്ടാക്കി. ടി. ശിവദാസ് മേനോൻ കൈകാര്യം ചെയ്ത വകുപ്പായിരുന്നു ധനകാര്യം. പ്ലസ്ടു അനുവദിച്ച പി.ജെ. ജോസഫിന്റെ പേരിൽ അഴിമതി ആരോപണം ഉയർന്നുവന്നു.

കല്ലുവാതുക്കൽ മദ്യദുരന്തം

കല്ലുവാതുക്കലിലെ വിഷമദ്യദുരന്തം സർക്കാരിന് വലിയ തലവേദനയായി. അതിൽ സംഭവിച്ച 31 മരണം സർക്കാരിന് വല്ലാത്ത മാനക്കേടുണ്ടാക്കി. എക്സൈസ് വകുപ്പാണ് ചീത്തപ്പേരുണ്ടാക്കിയത്. മുഖ്യപ്രതിയായ മണിച്ചൻ, അയാൾക്ക് ഭരണകക്ഷി നേതാക്കളുമായുള്ള ബന്ധം ഇതൊക്കെ വലിയ ചർച്ചയായി. സർക്കാർ വല്ലാതെ പരുങ്ങലിലായി.

ഇ.എം.എസിന് വിട

1998 മാർച്ച് 19ന് ഇ.എം.എസ്. വിടവാങ്ങി. ആധുനിക കേരളത്തിലെ രാഷ്ട്രീയ സാമൂഹിക ബൗദ്ധിക ജീവിതത്തിൽ ഏറ്റവും അധികം മലയാളിയെ സ്പർശിച്ചത് ആര് എന്ന ചോദ്യത്തിന് ഒറ്റ ഉത്തരം മാത്രമേ നമുക്ക് നൽകാൻ സാധിക്കുകയുള്ളൂ.

'ഇ.എം.എസ്. നമ്പൂതിരിപ്പാട്.'

ആധുനിക കേരളശില്പി, മലയാളി എങ്ങനെ ചിന്തിക്കണം

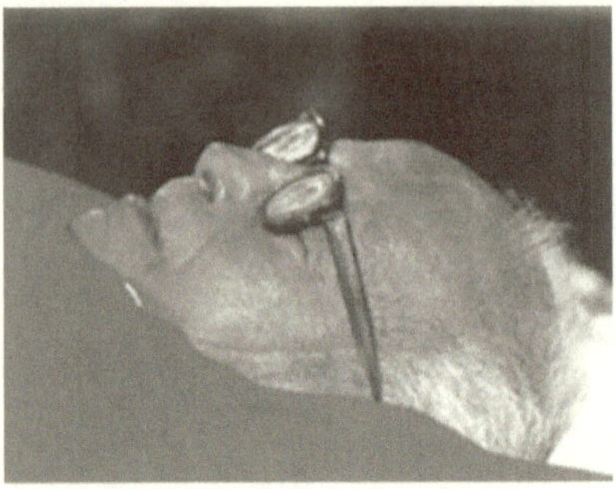

എന്നൊക്കെ പഠിപ്പിച്ച മറ്റൊരാൾ കേരളത്തിൽ വേറെ ഉണ്ടായിട്ടില്ല. സാമൂഹിക നവീകരണ പ്രസ്ഥാനം, ദേശീയപ്രസ്ഥാനം, സാംസ്കാരിക മുന്നേറ്റം, കമ്മ്യൂണിസ്റ്റ് പ്രസ്ഥാനം എന്നിങ്ങനെ കേരളത്തിന്റെ നവോത്ഥാന കാലഘട്ടത്തിലൊക്കെ നായകസ്ഥാനം അലങ്കരിച്ച വ്യക്തിത്വമായിരുന്നു ഇ.എം.എസ്.

സി.പി.എം. സംസ്ഥാനസമ്മേളനം

വർഷങ്ങൾക്കിപ്പുറം 1998ലെ ജനുവരി മാസം പാലക്കാട് വെച്ച് സി.പി.എം. സംസ്ഥാന സമ്മേളനം നടന്നു. പാലക്കാട്ട് നടന്ന സി.പി.ഐ.എം. സംസ്ഥാനസമ്മേളനം കേരളത്തിലെ സി.പി.ഐ.എംന്റെ രാഷ്ട്രീയത്തിലെ ഒരു നാഴികക്കല്ലായിരുന്നു. അപ്പോഴേക്കും 96ലെ തന്റെ മാരാരിക്കുളത്തെ തോൽവിക്ക് വി.എസ്. ഉത്തരങ്ങൾ കണ്ടെത്തിയിരുന്നു. വി.എസ്. അച്യുതാനന്ദൻ സി.ഐ.ടി.യു. പക്ഷത്തെ അക്ഷരാർത്ഥത്തിൽ ഈ സമ്മേളനത്തിൽ വെട്ടിനിരത്തി.

ആ കാലത്തെ പ്രധാനപ്പെട്ട സി.ഐ.ടി.യു. പക്ഷക്കാരായ എം.എം. ലോറൻസ്, അപ്പുക്കുട്ടൻ വള്ളിക്കുന്ന്, കെ.എം. രവീന്ദ്രനാഥ്, കെ.കെ. ചെല്ലപ്പൻ, വി.ബി. ചെറിയാൻ, ഐ.വി. ദാസ് എന്നിവരൊക്കെയായിരുന്നു അന്നത്തെ നേതാക്കൾ.

വി.എസ്. ആ സമ്മേളനത്തിൽ ഔദ്യോഗിക പാനലിനെതിരെ ഒമ്പത് പേരെ മത്സരിപ്പിച്ചു. അതിൽ ഏഴുപേർ വിജയിച്ചു. വി.എസ്. ഇടതുമുന്നണി കൺവീനറായി മാറി. ഇതേസമയം പാർട്ടിക്കുള്ളിൽ വി.എസ്. അച്യുതാനന്ദൻ യുവനിരയുടെ കൂട്ട് പിടിച്ച് ശക്തനായി മാറുന്ന ഒരു കാഴ്ചയും നാം കണ്ടു. പിണറായി വിജയനെ പോലെയുള്ള യുവ നേതാക്കളായിരുന്നു വി.എസ്. മുന്നണിപ്പോരാളികളായി കണ്ടത്. നിഷ്പക്ഷനായ ചടയൻ ഗോവിന്ദൻ സംസ്ഥാന സെക്രട്ടറിയായി തെരഞ്ഞെടുക്കപ്പെട്ടു. അർബുദത്തെ തുടർന്ന് കുറച്ചുകാലത്തിനുള്ളിൽ തന്നെ ചടയൻ ഗോവിന്ദൻ മരണപ്പെട്ടു. മന്ത്രിസ്ഥാനം രാജിവെച്ച് പിണറായി വിജയൻ സി.പി.എം. പാർട്ടി സെക്രട്ടറിയായി. ആ തുടക്കം അഭൂതപൂർവ്വമായ 17 വർഷക്കാലത്തെ പിണറായിയുടെ ഒരു ജൈത്രയാത്രയ്ക്കാണ് അന്ന് തുടക്കം കുറിച്ചതും.

ഹിന്ദുത്വരാഷ്ട്രീയം

ഹിന്ദുത്വരാഷ്ട്രീയം ഇന്ത്യൻ രാഷ്ട്രീയഭൂപടത്തിൽ വഴിയോരങ്ങളിൽ നിന്നും കേന്ദ്രസ്ഥാനങ്ങളിലേക്ക് കയറിവരുന്ന കാഴ്ചയാണ് തൊണ്ണൂറുകളുടെ അവസാനത്തോടെ നമുക്ക് കാണാൻ കഴിയുന്നത്.

എൺപതുകളുടെ അവസാനത്തിൽ വന്ന അയോദ്ധ്യ രാഷ്ട്രീയ പ്രസ്ഥാനത്തിന്റെ പുറത്തേറി ബി.ജെ.പി. ഇന്ത്യൻ രാഷ്ട്രീയത്തിന് പിന്നാമ്പുറങ്ങളിൽ നിന്നും മുന്നണി പോരാളിയായി മാറുന്ന കാഴ്ചയും നാം കണ്ടതാണ്.

ഒരു വിരോധാഭാസം ആയിട്ടാണെങ്കിലും 1998 മാർച്ച് 19ന് ഇ.എം.എസ്. മരിച്ച അതേ ദിവസമായിരുന്നു അടൽ ബിഹാരി വാജ്പേയിയുടെ നേതൃത്വത്തിൽ രണ്ടാം ബിജെപി സർക്കാർ കേന്ദ്രത്തിൽ അധികാരമേറ്റത്.

മൂന്നാം മുന്നണി രാഷ്ട്രീയം

ഇന്ത്യ അതുവരെ കണ്ടിട്ടില്ലാത്ത ഒരു രാഷ്ട്രീയമായ മൂന്നാം മുന്നണി രാഷ്ട്രീയം ഇന്ത്യയിൽ ശക്തമായി ദേശീയതലത്തിൽ തന്നെ ഉയർന്നുവന്നു. ഇതേ രീതിയിൽ ആണ് വി.പി. സിംഗ് നേതൃത്വത്തിൽ ഒരു സർക്കാർ രൂപം കൊണ്ടതും.

2001 തിരഞ്ഞെടുപ്പ്
കോൺഗ്രസിലെ ഉദയാസ്തമയങ്ങൾ

പുതിയ നൂറ്റാണ്ടിൽ കേരളം

തിരഞ്ഞെടുപ്പ് വരുംമുന്നേ തന്നെ പ്രതിപക്ഷ നേതാവ് എ.കെ. ആന്റണിയുടെ നേതൃത്വത്തിൽ കോൺഗ്രസ് കേരള മോചനയാത്ര നടത്തി. അന്ന് കോൺഗ്രസിന്റെ അമരത്ത് കെ.പി.സി.സി. പ്രസിഡന്റായി തെന്നല ബാലകൃഷ്ണപ്പിള്ളയായിരുന്നു. നായനാർ ഭരണം നാറിയ ഭരണം എന്ന മുദ്രാവാക്യവുമായി പ്രതിപക്ഷം തെരുവിലിറങ്ങി പ്രതിഷേധിച്ചു. തിരഞ്ഞെടുപ്പിലെ സ്ഥാനാർത്ഥി നിർണയത്തിൽ കോൺഗ്രസിലെ എ.ഐ. ഗ്രൂപ്പുകൾ തമ്മിൽ ഭിന്നതകൾ ഉണ്ടായിരുന്നെങ്കിലും.

90കളുടെ അവസാനം മുതൽ ഈ കാലഘട്ടത്തിലെ കേരള രാഷ്ട്രീയം കണ്ട വേറൊരു കാര്യം എന്തെന്നുവച്ചാൽ കെ. കരുണാകരൻ എന്ന രാഷ്ട്രീയബുദ്ധിജീവിയുടെ അസ്തമയം കൂടെ ആയിരുന്നു. മക്കൾരാഷ്ട്രീയം പറഞ്ഞുവന്ന കെ. കരുണാകരന് കോൺഗ്രസിന്റെ കടന്നാക്രമണത്തെ തടഞ്ഞുനിർത്താനായില്ല. ഒടുവിൽ പാർട്ടി വിടുകപോലും ചെയ്യേണ്ടതായിവന്നു.

ഈ കാലഘട്ടത്തിന്റെ പ്രത്യേകത എന്തെന്നാൽ കരുണാകരന്റ സ്വാധീനം ഹൈക്കമാൻഡിൽ നഷ്ടപ്പെടുകകൂടിയായിരുന്നു. കേന്ദ്രത്തിൽ കോൺഗ്രസ് രാഷ്ട്രീയത്തിൽ പുതിയ അധികാരകേന്ദ്രങ്ങൾ ഉടലെടുത്തു. സത്യത്തിൽ സോണിയാഗാന്ധിയായിരുന്നു അത്. 2001ൽ വാശിയേറിയ തിരഞ്ഞെടുപ്പ് നടന്നു. യു.ഡി.എഫ്. 99 സീറ്റ് നേടി വൻവിജയം കൊയ്തു. എൽ.ഡി.എഫ്. നേടിയതാവട്ടെ 40 സീറ്റുകൾ മാത്രം. 99 സീറ്റുകൾ നേടി കോൺഗ്രസ് കേരളത്തിൽ അധികാരത്തിൽ വന്നു.

വേറൊരു പ്രത്യേകത എന്തെന്നുവെച്ചാൽ ഈ വൻവിജയം നേടിയ കോൺഗ്രസിന്റെ കെ.പി.സി.സി. പ്രസിഡണ്ട് ആയ തെന്നല ബാല

കൃഷ്ണപിള്ളയ്ക്ക് മന്ത്രിപദം ഒന്നും ലഭിച്ചില്ല എന്നുള്ളതല്ല. എന്നാൽ കൈയിൽ ഉണ്ടായിരുന്ന കെ.പി.സി.സി. പ്രസിഡണ്ട് സ്ഥാനം വരെ നഷ്ടമായി. പകരമായി വന്നത് കെ. മുരളീധരൻ എന്ന കരുണാകര പുത്രനായിരുന്നു.

ആന്റണി സർക്കാർ

ആന്റണി മുഖ്യമന്ത്രിയായി അധികാരമേറ്റെടുത്ത അതേദിവസം കെ. മുരളീധരൻ കെ.പി.സി.സി. പ്രസിഡണ്ട് സ്ഥാനത്തെത്തുന്നു. കരുണാകരൻ എന്ന അതികായന്റെ ബുദ്ധി പിന്നെയും കേരളരാഷ്ട്രീയത്തിൽ പ്രവർത്തിച്ചു. ഐ ഗ്രൂപ്പിൽ നിന്ന് കെ.വി. തോമസ് മന്ത്രിയായി, ഉമ്മൻചാണ്ടി മന്ത്രിസഭയിൽ നിന്ന് പുറത്തായി. പകരം മുന്നണി കൺവീനറായി.

മാസങ്ങൾ കഴിഞ്ഞപ്പോൾ കേരളം കണ്ടത് ഭരണവിരുദ്ധനായ കെ. കരുണാകരനെയായിരുന്നു. എന്നാൽ കെ.പി.സി.സി. പ്രസിഡണ്ടായ മകൻ ആന്റണി ഭരണത്തെ അനുകൂലിച്ച് സർക്കാരിനൊപ്പം അടിയുറച്ചുനിന്നു. എ, ഐ ഗ്രൂപ്പുകൾക്കിടയിൽ മുരളി ഒരു നിഷ്പക്ഷനായി നിന്നു.

കരുണാകരവിദ്യകൾ

2003ൽ രാജ്യസഭാ തിരഞ്ഞെടുപ്പ് വരുന്നു. കേരളത്തിലെ കോൺഗ്രസിൽ ആകെ പ്രശ്നം. മൂന്ന് സീറ്റുകളിൽ ആരാവണം സ്ഥാനാർത്ഥികൾ എന്നതാണ് വിഷയം. തെന്നല ബാലകൃഷ്ണപിള്ളയും വയലാർ രവിയും സ്ഥാനമുറപ്പിച്ചു. മൂന്നാമനാര് എന്നതാണ് ചർച്ച. രാജ്യസഭയിൽ വന്ന രണ്ട് ഒഴിവുകളിൽ തന്റെ നോമിനികളെ നിർത്തണം എന്ന വാദവുമായി കെ. കരുണാകരൻ മുന്നോട്ടുവന്നിരുന്നു. ആന്റണി അതിനെ അവഗണിച്ചു.

സീറ്റുകളെ പറ്റിയുള്ള ഈ ചർച്ചകൾക്ക് മുൻപുവരെ മുഖ്യമന്ത്രിയായ എ.കെ. ആന്റണിക്കൊപ്പം നിന്ന കെ. മുരളീധരൻ ആന്റണിയുമായി ഇടയുന്നു. മൂന്നാമനായി പി.സി. ചാക്കോ വേണമെന്ന് മുരളീധരൻ വാദിക്കുന്നു. മറുപുറത്തു കോടോത്ത് ഗോവിന്ദൻനായർക്ക് വേണ്ടി ഐ ഗ്രൂപ്പ് മുഴുവനായി രംഗത്ത് വരുന്നു. അവസാനം കോടോത്ത് ഗോവിന്ദൻ നായർ സ്ഥാനാർത്ഥിയായി. തുടർന്ന് അദ്ദേഹം രാജ്യസഭാ തിരഞ്ഞെടുപ്പിൽ മത്സരിച്ചു തോൽക്കുന്നു. ഇതോടുകൂടെ മുരളീധരൻ നിഷ്പക്ഷത വിട്ട് ഐ ഗ്രൂപ്പ് നേതാവായി മാറി.

കേരളത്തിൽ ശേഷം കാണാൻ കഴിയുന്നത് കെ. കരുണാകരനും

മകൻ കെ. മുരളീധരനും ഒരു ടീം ആയി മാറുന്നതായിരന്നു. അപ്പോൾ മുതൽ ആന്റണിയും സർക്കാരും ഇവർക്ക് എതിരായി മാറി.

സർക്കാരിന്റെ വെല്ലുവിളികൾ

യു.ഡി.എഫ്. സർക്കാരിന് പ്രശ്നങ്ങൾ തുടങ്ങുകയായിരുന്നു. ഖജനാവ് കാലിയായി, ജീവനക്കാർക്കുള്ള ആനുകൂല്യങ്ങൾ വെട്ടിച്ചുരുക്കി. സ്വാശ്രയ പ്രൊഫഷണൽ വിദ്യാഭ്യാസസ്ഥാപനങ്ങൾക്ക് അനുമതി നൽകി. ധനമന്ത്രി ശങ്കരനാരായണൻ ഇറച്ചിക്കോഴി കച്ചവടക്കാർക്ക് ലാഭമുണ്ടാക്കാൻ ഇടപെട്ടു എന്ന് ആക്ഷേപമുയർന്നു.

ഈ കാലത്ത് കെ. കരുണാകരൻ ഒരു ഭാഗത്ത് വില്ലനായി മാറി. ആന്റണിയുടെ ഈ സർക്കാരിൽ ഒന്നിനും ഒത്തുപോകാതെ കെ. കരുണാകരൻ ആന്റണിക്ക് മേലെ കഴുകനെപ്പോലെ വട്ടമിട്ട് പറന്നു.

2003 ജോർജ് ഈഡൻ മരിച്ചു. മരണശേഷം ആരാവണം പുതിയ സ്ഥാനാർത്ഥി എന്നതായി പുതിയ പ്രശ്നം. ഐ ഗ്രൂപ്പ് എന്ന് കരുണാകരൻ പറഞ്ഞു. എ ഗ്രൂപ്പ് എന്ന് ആന്റണിയും കൂട്ടരും പറഞ്ഞു. ഒടുവിൽ എ. ഗ്രൂപ്പ് നേതാവ് എം.ഒ. ജോൺ സ്ഥാനാർത്ഥിയായി. ടി.വി. ചിഹ്നത്തിൽ സെബാസ്റ്റ്യൻ പോൾ സ്വതന്ത്രനായി എൽ.ഡി.എഫിന് വേണ്ടി സ്ഥാനാർത്ഥിയായി വരികയും ചെയ്തു.

ആ തെരഞ്ഞെടുപ്പ് പ്രചരണത്തിന് ഇടയിൽ തന്നെ കാണാൻ വന്ന മാധ്യമപ്രവർത്തകരോട് 'നിങ്ങൾ എല്ലാവരം ടി.വി.യുടെ ആൾക്കാരല്ലേ, നിങ്ങൾക്കെന്റെ ആശംസകൾ' എന്ന് പറഞ്ഞു കെ. കരുണാകരൻ. അത് പിന്നീട് ആ വാക്കുകളിൽ വിവാദമാവുകയും ചെയ്തു. ഫലം വന്നപ്പോൾ സെബാസ്റ്റ്യൻ പോൾ വിജയിച്ചു. ആ തോൽവിക്ക് കാരണമായി കരുണാകരനെ പലരും കുറ്റം പറഞ്ഞു.

മാറാട് കലാപം

2002 ജനുവരി 3, 4 തീയതികളിൽ കോഴിക്കോട് ജില്ലയിലെ തീരപ്രദേശമായ മാറാട് കടപ്പുറത്തും സമീപപ്രദേശങ്ങളിലും തുടർച്ചയായ വർഗ്ഗീയ സംഘട്ടനങ്ങൾ നടന്നു. കൃത്യം ഒരു വർഷം കഴിയുമ്പോൾ ആക്രമണം കൂടുതൽ വ്യാപിക്കുന്നു. എട്ടുപേർ മരിച്ചു. കേരളചരിത്രത്തിൽ കണ്ട ആദ്യത്തെ വർഗീയ സംഘർഷം. ഒട്ടും പ്രതീക്ഷിക്കാതെ വന്ന ആ കലാപം ആന്റണി സർക്കാറിനെ വൻ പ്രതിരോധത്തിലാക്കി.

അക്കാലത്തു മുസ്ലീം ലീഗ് എടുക്കുന്ന പല നിലപാടുകളും എ.കെ. ആന്റണിക്ക് സ്വീകാര്യമായിരുന്നില്ല. എ.കെ. ആന്റണി മുസ്ലീം ലീഗിനെതിരെ രംഗത്തുവന്നു. അതോടെ മുസ്ലീം ലീഗ് ആന്റണിക്ക് എതിരായി.

ലീഗ് എതിരെ തിരിഞ്ഞതോടുകൂടെ എ.കെ. ആന്റണി മുന്നണിയിൽ തന്നെ ഏറെ ദുർബലനാവുകയും ചെയ്തു. മുസ്ലീം ലീഗ്-എ.കെ. ആന്റണി പ്രശ്നത്തോട് കൂടി എ.കെ. ആന്റണി ഒറ്റപ്പെടുന്നു. സ്വന്തം തട്ടകമായ എ. ഗ്രൂപ്പിൽ പോലും ആന്റണി ഒറ്റപ്പെട്ടു.

ആന്റണിയുടെ ഈ വീഴ്ച കണ്ട് ലീഡർ കത്തിക്കയറുന്നു. ഇവിടെ കരുണാകരന് കൂട്ടായി ഉണ്ണിത്താൻ കെ. മുരളീധരൻ കൂട്ടുകെട്ട് കരുണാകരനൊപ്പം കൂടിനിന്നു. ഇതിനൊക്കെയിടയിൽ കെ. മുരളീധരൻ കേന്ദ്രനേതാവ് അഹമ്മദ് പട്ടേലിനെ വിളിച്ചു. കെ. കരുണാകരന് എ.കെ. ആന്റണിയെ താഴെയിറക്കാൻ വേണ്ടി വോട്ട് ചെയ്യാൻ കോൺഗ്രസിലെ എം.എൽ.എ.മാരോട് പറഞ്ഞു. ആന്റണി സർക്കാരിനെ സംരക്ഷിക്കാൻ വേണ്ടി ഉമ്മൻചാണ്ടി ഇടപെട്ട് ആ നീക്കം പൊളിക്കുന്നു. കടവൂർ ശിവദാസനും കൂട്ടർക്കും സസ്പെൻഷൻ അടിച്ചു കയ്യിൽ കൊടുക്കുന്നു. കരുണാകരൻ വീണ്ടും അടുത്ത നീക്കവുമായി വരുന്നു. സ്വന്തം പാർട്ടി ഉണ്ടാക്കാൻ ഇറങ്ങിയിരുന്ന കെ. കരുണാകരനെ തേടിയെത്തിയ വാർത്ത തന്റെ പ്രിയപുത്രൻ മറുകണ്ടം ചാടി എന്നതായിരുന്നു. മുരളീധരൻ എ.കെ. ആന്റണി മന്ത്രിസഭയിൽ വൈദ്യുതിമന്ത്രിയായി അധികാരമേൽക്കുന്നു.

2004ലെ ലോകസഭാ തെരഞ്ഞെടുപ്പിനോട് അനുബന്ധിച്ച് നടത്തപ്പെട്ട ഉപതെരഞ്ഞെടുപ്പിൽ വടക്കാഞ്ചേരിയിൽനിന്ന് മുരളീധരൻ മത്സരിക്കുന്നു. അന്ന് നടന്ന ആ തെരഞ്ഞെടുപ്പിൽ കെ. മുരളീധരൻ സി.പി.എമ്മിന്റെ പ്രാദേശിക നേതാവായ എ.സി. മൊയ്തീനോട് തോറ്റു. അങ്ങനെ കേരളത്തിൽ നിയമസഭാ ഉപതെരഞ്ഞെടുപ്പിൽ പരാജയപ്പെട്ട ഏക മന്ത്രിയെന്ന പേരിനുടമയുമായി മാറി കെ. മുരളീധരൻ.

2004ലെ ലോകസഭ തിരഞ്ഞെടുപ്പിൽ കോൺഗ്രസിന് നാണംകെട്ട തോൽവി ഏറ്റുവാങ്ങേണ്ടിവന്നു.

എൽ.ഡി.എഫ് 18, യു.ഡി.എഫ്. 1, എൻ.ഡി.എ. 1.

മലപ്പുറത്തുനിന്നും വിജയിച്ച ഇ അഹമ്മദ് മാത്രമായിരുന്നു യു.ഡി.എഫിലെ ഏക പ്രതിനിധി. ബി.ജെ.പി. കൂടാരത്തിൽനിന്നും എൻ.ഡി.എ. സ്ഥാനാർത്ഥിയായി മത്സരിച്ച പി.സി. തോമസ് കേന്ദ്രത്തിലേക്ക് പോയി. ഈ ലോകസഭാ തെരഞ്ഞെടുപ്പിൽ തോറ്റതിൽ പാർട്ടിയുടെ പൂർണ ഉത്തരവാദിത്തമേറ്റെടുത്ത് എ.കെ. ആന്റണി രാജിവെച്ചു. കോൺഗ്രസിൽ പുതിയ മുഖ്യന് വേണ്ടി ചർച്ചകൾ നടന്നു.

ഉമ്മൻചാണ്ടി പുതിയ മുഖ്യമന്ത്രിയായി. തീരുമാനം വരും മുന്നേ ഇതിനെതിരെ കെ. കരുണാകരൻ ആദ്യംതന്നെ എതിർപ്പുമായി രംഗത്ത്

വന്നു.

യു.ഡി.എഫ് ഊഴത്തിലെ പ്രധാന സംഭവങ്ങൾ

- കുഞ്ഞാലിക്കുട്ടി ഐസ്ക്രീം പാർലർ കേസിൽ രാജിവെച്ചു.
- വനംമന്ത്രി കെ.പി. വിശ്വനാഥൻ രാജിവെച്ചു.
- ആരോഗ്യമന്ത്രി കെ.കെ. രാമചന്ദ്രൻ രാജിവെച്ചു.
- തദ്ദേശ സ്വയംഭരണ സ്ഥാപനങ്ങളിൽ നടന്ന തിരഞ്ഞെടുപ്പിൽ കോൺഗ്രസ് തോൽവി ഏറ്റുവാങ്ങി.

2005 മെയ് ഒന്നിന് നാഷണൽ കോൺഗ്രസ് ഇന്ദിര രൂപംകൊണ്ടു. ആ വർഷം തന്നെ പി.കെ. വാസുദേവൻ നായർ നിര്യാതനായി. ഉപ തെരഞ്ഞെടുപ്പിൽ സി.പി.ഐ. സ്ഥാനാർത്ഥിയായ പന്ന്യൻ രവീന്ദ്രനെ കരുണാകരൻ സഹായിച്ചു എന്ന വാദവും ഉണ്ടായിരുന്നു. ഇത്തര ത്തിൽ കലങ്ങിമറിഞ്ഞ കോൺഗ്രസ് രാഷ്ട്രീയത്തിലൂടെയായിരുന്നു 2006ലെ തിരഞ്ഞെടുപ്പ്. അപ്പോഴേക്കും വി.എസ്. എന്ന വീരനായകൻ കേരളത്തിൽ പ്രതിപക്ഷ നേതാവായി തിളങ്ങി.

ആകെ കലങ്ങിയ കോൺഗ്രസ് മുന്നണിയിൽനിന്നും അധികാരം പിടിക്കാൻ പിണറായി വിജയൻ, വി.എസ്. തുടങ്ങിയവരുള്ള ഇടതു മുന്നണി നല്ലവണ്ണം ഗൃഹപാഠം ചെയ്തിരുന്നു. കരുണാകരന്റെ പാർട്ടി യുമായുള്ള കടന്നുവരവും കൂടെ ആയപ്പോൾ കേരളം എങ്ങനെ വിധി എഴുതും എന്ന് പെട്ടെന്ന് പ്രവചിക്കാൻ പറ്റാത്ത അവസ്ഥയിലായി രുന്നു കേരള രാഷ്ട്രീയം.

2006 തിരഞ്ഞെടുപ്പ്
വി.എസ്. ചക്രങ്ങൾ തിരിക്കുമ്പോൾ

വി.എസ്. യുഗാരംഭം

കേരളത്തിലെ ഏറ്റവും പ്രിയപ്പെട്ട നേതാവായി വി.എസ്. അച്യുതാനന്ദൻ ജനങ്ങൾക്കിടയിൽ അലയടിച്ചു. ആദ്യമായി മുഖ്യമന്ത്രിയായ ഉമ്മൻചാണ്ടി ഇലക്ഷൻ നേരിട്ട സമയം കൂടിയാണ് ഈ കാലം. അപ്പോൾ വി.എസിന്റെ പ്രതിച്ഛായ ആയിരുന്നു നാട്ടിൽ എല്ലായിടത്തും അലയടിച്ചത്. ഏറ്റവും ശക്തനായ പ്രതിപക്ഷനേതാവായി മാറി, വി. എസ്.

ഒരേസമയം തന്നെ പാർട്ടിക്കുള്ളിൽ ഒറ്റപ്പെടുകയും പൊതുജനമധ്യത്തിൽ വലിയ ജനസമ്മതി നേടുകയും ചെയ്ത ഒരു നേതാവായി മാറി വി.എസ്.

അഴിമതി, സ്ത്രീകൾക്കെതിരെയുള്ള അക്രമണം, പ്രകൃതിനശീകരണം, ആഗോളവൽക്കരണം തുടങ്ങിയ പൊതുജനത്തെ ബാധിക്കുന്ന ജനകീയപ്രശ്നങ്ങളിൽ എല്ലാത്തിനും ഒരു തലയ്ക്കൽ വി.എസ്. അച്യുതാനന്ദൻ എന്ന നേതാവ് പ്രതികരിച്ചുതുടങ്ങി. അത് ജനങ്ങളിൽ വലിയ സ്വീകാര്യത നേടിക്കൊടുത്തു. വി.എസ്. പാർട്ടിക്ക് അതീതനായി എന്ന് വാദിക്കുന്ന ഒരുവിഭാഗം പാർട്ടിയിൽതന്നെ ഉണ്ടായിരുന്നു. രണ്ടായിരം മുതൽ വി.എസ്. അച്യുതാനന്ദൻ മികച്ച ഒരു പ്രതിപക്ഷ നേതാവായി കത്തിക്കയറിയിരുന്നു.

2006 തിരഞ്ഞെടുപ്പ്

ഇലക്ഷൻ പ്രഖ്യാപിച്ച ഉടനെ വി.എസിന്റെ സ്ഥാനാർത്ഥിത്വം പാർട്ടി നിഷേധിച്ചു. പൊതുജനങ്ങളും പാർട്ടിക്കാരും പ്രതിഷേധിച്ചു. വി.എസിനുവേണ്ടി ജനവികാരം ഉയർന്നു, പാർട്ടി ആ തീരുമാനം പുനഃപരിശോധിച്ചു. വി.എസ്. നിയമസഭാ തിരഞ്ഞെടുപ്പ് മത്സരംഗത്തേക്ക് വന്നു. വി. എസ്. അച്യുതാനന്ദന്റെ രാഷ്ട്രീയഭാവി തന്നെ തീരുമാനിക്കുന്ന ഒരു

തെരഞ്ഞെടുപ്പായിരുന്നു അത്. തോറ്റാൽ വി.എസ്. അപ്രസക്തനായി പ്പോകുന്ന ഒരു രാഷ്ട്രീയ കാലാവസ്ഥ. പിണറായി വിജയൻ പാർട്ടി സെക്രട്ടറിയായും വി.എസ്. അച്യുതാനന്ദൻ പ്രതിപക്ഷ നേതാവായിട്ടും 2006ലെ ഇലക്ഷൻ നേരിട്ടു.

യു.ഡി.എഫ്. വികസന വിരോധികളെ തോൽപ്പിക്കുക എന്ന മുദ്രാ വാക്യം മുന്നോട്ടുവെച്ച ഇലക്ഷൻ ക്യാമ്പയിൻ തുടങ്ങി. സ്മാർട്ട്സിറ്റി മുടക്കിയ ആളായി വി.എസ് അച്യുതാനന്ദനെ ചിത്രീകരിച്ചു. ഇലക്ഷൻ ഫലം വന്നു. 98 സീറ്റ് വിജയം, അതായിരുന്നു ചരിത്രപരമായ എൽ. ഡി.എഫ്. വിജയം. വി.എസ്. അച്യുതാനന്ദൻ എൽ.ഡി.എഫ് മുഖ്യമ ന്ത്രിയാകുന്നു. കൂടെ ആഭ്യന്തരമന്ത്രിയായി കോടിയേരി ബാലകൃ ഷ്ണൻ. വൻമരങ്ങൾ പലതും വീണ ഒരു തെരഞ്ഞെടുപ്പായിരുന്നു അത്. മുസ്ലീംലീഗിലെ കുഞ്ഞാലിക്കുട്ടിയെ കുറ്റിപ്പുറത്ത് അടിപതറിച്ച് കെ.ടി. ജലീൽ വിജയക്കൊടി പാറിച്ചു. മുസ്ലീം ലീഗിലെ എം.കെ. മുനീറും കേരള കോൺഗ്രസിലെ ബാലകൃഷ്ണപിള്ളയും ഇക്കുറി തോറ്റു.

മൂന്നാർ വെട്ടിനിരത്തൽ

വി.എസ്. ഭരണ കാലഘട്ടത്തിൽ മൂന്നാർ ഓപ്പറേഷൻ പ്രധാനപ്പെട്ട ഏടുകളിൽ ഒന്നായി. സുരേഷ്കുമാർ, രാജു നാരായണസ്വാമി, ഋഷി രാജ്സിംഗ് തുടങ്ങിയ വി.എസിന്റെ കരിമ്പൂച്ചകൾ മൂന്നാറിൽ ഇറങ്ങി.

ടാറ്റാക്കെതിരെയുള്ള കയ്യേറ്റം ഒഴിപ്പിക്കൽ ആരംഭിച്ചു. ഇവിടെ സ്വന്തം പാർട്ടി ഓഫീസിനുനേരെ വരെ അദ്ദേഹത്തിന്റെ പ്രവർത്തികൾ നീണ്ടു. ഒന്നും വി.എസ്. ഒഴിവാക്കിയില്ല.

പതിയെ വിവാദങ്ങൾ പൊങ്ങിവരാനും തുടങ്ങി. പാർട്ടി സെക്രട്ടറിയും മുഖ്യമന്ത്രിയും തികഞ്ഞ അഭിപ്രായവ്യത്യാസത്തിലായി. അക്കാലത്തു പിണറായി വിജയനെ വില്ലനാക്കാനും വി.എസിനെ ഹീറോ ആയി ചിത്രീകരിക്കാനും മാധ്യമങ്ങൾ വലിയ ശ്രമം നടത്തി. അതിനെതിരെ മാധ്യമ സിൻഡിക്കേറ്റ് എന്ന ആരോപണവുമായി പാർട്ടി സെക്രട്ടറിയായ പിണറായി വിജയൻ രംഗത്തുവന്നു. വി.എസ്. അച്യുതാനന്ദനും പിണറായി വിജയനും തമ്മിൽ നേരിട്ടുള്ള ഒരു കലഹത്തിനാണ് പിന്നീട് പാർട്ടിയും കേരളവും സാക്ഷ്യംവഹിച്ചത്. പരസ്യ പ്രസ്താവനകളിലൂടെയും പത്രമാധ്യമങ്ങളിലൂടെയും രണ്ടുപേരും കൊമ്പുകോർത്തു തുടർച്ചയായ പരാമർശങ്ങളുമായി.

1996ൽ വൈദ്യുതിവകുപ്പിന് കീഴിലെ 3 ജലവൈദ്യുത പദ്ധതികളിൽ പദ്ധതികളുടെ ആധുനീകരണത്തിന്, കാനഡയിലെ എസ്.എൻ.സി. ലാവലിൻ എന്ന കമ്പനിക്ക് കരാർ നൽകിയതുമായി ബന്ധപ്പെട്ട് അഴിമതി ആരോപണം ഉയർന്നുവന്നു. അതാണ് എസ്.എൻ.സി. ലാവലിൻ എന്ന കേസ്.

കേരള സംസ്ഥാന ഖജനാവിന്340 കോടി രൂപ നഷ്ടം വരുത്തി എന്ന് സി.എ.ജി. റിപ്പോർട്ട് ചെയ്തിരുന്നു. ഉമ്മൻചാണ്ടി സർക്കാർ

അവസാനം ഒഴിയുന്നതിനുമുമ്പ് എടുത്ത തീരുമാനങ്ങളിൽ ഒന്ന് ലാവലിൻ കേസ് സി.ബി.ഐ.ക്ക് വിടുക എന്നതായിരുന്നു. പിന്നീട് അതു പയോഗിച്ച് വി.എസ്. അച്യുതാനന്ദൻ പിണറായി വിജയനെ പുകമറയിൽ നിർത്താൻ ശ്രമിച്ചു.

അച്ചടക്കത്തിന്റെ സീമകൾ ഈ രണ്ടുപേരും ലംഘിച്ചുകൊണ്ടേയിരുന്നപ്പോൾ, പരസ്യപ്രസ്താവനകൾ തുടർച്ചയായി കൊടുക്കുന്നതിന്റെ പേരിൽ കമ്മ്യൂണിസ്റ്റ് പാർട്ടി രണ്ടുപേരെയും പിബിയിൽ നിന്നും സസ്പെൻഡ് ചെയ്തു. അങ്ങനെ 2007 മെയ് 26ന് രണ്ടുപേരും പിബിയിൽനിന്നും പുറത്തായി.

പാർട്ടി സെക്രട്ടറിക്കെതിരായ നീക്കം

അവസാനം മുഖ്യമന്ത്രി വി.എസ്. അച്യുതാനന്ദൻ സർക്കാർ ലാവ്‌ലിൻ കേസ് സി.ബി.ഐ.ക്ക് വിട്ടു. പിണറായി വിജയനെ പ്രോസിക്യൂട്ട് ചെയ്യാൻ തീരുമാനിച്ച് സർക്കാർ നീങ്ങി. പാർട്ടി വേണ്ട എന്ന അഭിപ്രായങ്ങൾ രേഖപ്പെടുത്തി. എന്നാൽ വി.എസ്. ഇതിനെ എതിർത്ത് പരസ്യമായി വിയോജിച്ചു. അവസാനം പാർട്ടിക്ക് മുന്നിൽ വി.എസ്. വഴങ്ങി. അപ്പോഴേക്കും പക്ഷേ ഗവർണർ പിണറായിയെ വിചാരണ ചെയ്യാൻ അനുവാദം നൽകിക്കഴിഞ്ഞിരുന്നു.

2009ൽ പിണറായി വിജയനെ പിബി തിരികെയെടുത്തു. നിലപാടിൽ മാറ്റം ഇല്ലാതിരുന്ന വി.എസിന് പിബിയിലേക്കുള്ള മടങ്ങിപ്പോക്ക് നടന്നില്ല.

2009 ലോകസഭാ തിരഞ്ഞെടുപ്പ്

2009 ലോകസഭാ ഇലക്ഷൻ 16-4ന് സി.പി.എം. തോൽവി ഏറ്റുവാങ്ങി. ഈ തോൽവിസമയത്ത് ചിരിച്ചുകൊണ്ട് മാധ്യമങ്ങളിലൂടെ വി.എസ്. അച്യുതാനന്ദൻ തോൽവിയെപ്പറ്റി പ്രതികരിക്കുന്നു.

ആ മന്ത്രിസഭയിലെതന്നെ പൊതുമരാമത്ത് വകുപ്പിലെ മന്ത്രിയായ കേരള കോൺഗ്രസിൽ നിന്നുള്ള പിജെ. ജോസഫ് വിമാനയാത്രയ്ക്കിടയിൽ ഒരു സ്ത്രീയോട് അപമര്യാദയായി പെരുമാറി എന്ന ആക്ഷേപം കേൾക്കുന്നു..

പി.ജെ. ജോസഫ് രാജിവെക്കുന്നു. പകരം മന്ത്രിയായിരുന്ന ടി.യു. കുരുവിളക്ക് എതിരെയും അഴിമതി ആരോപണം ഉയർന്നുവന്നു. അദ്ദേഹവും രാജിവെച്ചു. അവസാനം മന്ത്രിസഭയിൽ മോൻസ് ജോസഫ് പുതിയ മന്ത്രിയായി അധികാരമേൽക്കുന്നു. ഇതിന് പിന്നിൽ പ്രവർത്തിച്ച ബുദ്ധികേന്ദ്രമായി പി.സി. ജോർജ് മാറിയെന്ന് ആരോപ

ണവും ഉണ്ടായിരുന്നു.

ഇടമലയാർ അഴിമതിക്കേസ്

2011 ഫെബ്രുവരി പതിനൊന്നാം തീയതി ഇടമലയാർ അഴിമതി ക്കേസിൽ മുൻ വൈദ്യുതിമന്ത്രി ആർ ബാലകൃഷ്ണപിള്ളയെ ഒരു വർഷം തടവിന് സുപ്രീംകോടതി വിധിക്കുന്നു. കാൽനൂറ്റാണ്ടായി കേസ് നടത്തിയത് വി.എസ്. അച്യുതാനന്ദനായിരുന്നു. ഫെബ്രുവരി 18ന് ബാലകൃഷ്ണപിള്ളയെ പൂജപ്പുര ജയിലിലടച്ചു വി.എസ്. അച്യുതാനന്ദൻ എന്ന മുഖ്യമന്ത്രി.

ലീഡർ വിടവാങ്ങുന്നു

2005 ഡി.ഐ.സി. എന്ന പൊളിറ്റിക്കൽ പാർട്ടി ഉണ്ടാക്കിയ കെ. കരുണാകരൻ 2007 ആയപ്പോഴേക്കും കോൺഗ്രസിൽ തിരിച്ചുവന്നിരുന്നു. 2010ൽ കേരള രാഷ്ട്രീയത്തിലെ കോൺഗ്രസ് അതികായൻ കെ. കരുണാകരൻ അന്തരിച്ചു.

ഉമ്മൻചാണ്ടിയുടെ നേതൃത്വത്തിൽ സർക്കാരിനെതിരായ പല പരിപാടികളുമായി സമാന്തരമായി മുന്നോട്ടുപോയ ആന്റണി മൊത്തത്തിൽ യു.പി.എ. സർക്കാരിന്റെ ഹൃദയമായി പ്രവർത്തിച്ചിരുന്നു. രണ്ടാംതവണയും കേന്ദ്രത്തിൽ കോൺഗ്രസ് അധികാരത്തിൽ വന്നു.

2011 തിരഞ്ഞെടുപ്പ്
ഉമ്മൻചാണ്ടിയുടെ ഭരണം

മുഖ്യമന്ത്രിയായിരുന്ന വി.എസ്. താരപ്രചാരകനായി മാറിയ ഒരു തിരഞ്ഞെടുപ്പായിരുന്നു 2011ൽ നടന്നത്. പ്രതിപക്ഷ നേതാവായിരുന്ന ഉമ്മൻചാണ്ടിയുടെ നേതൃത്വത്തിൽ യു.ഡി.എഫ്. കേരളത്തിൽ പ്രചരണം ആരംഭിച്ചു. വി.എസ്. മുന്നിൽനിന്ന് നയിച്ച തിരഞ്ഞെടുപ്പിൽ പതിവുപോലെ വി.എസ്. അച്യുതാനന്ദന് ആദ്യം പാർട്ടി സീറ്റ് നിഷേധിച്ചു. ശേഷം അദ്ദേഹം തിരഞ്ഞെടുപ്പിൽ മത്സരിച്ചു.

സംഭവബഹുലമായ കുറേ രാഷ്ട്രീയവർഷങ്ങൾക്കുശേഷം 2011ൽ എത്തുമ്പോഴേക്കും കെ. കരുണാകരനും മുരളീധരനും സർവ്വപാപങ്ങളും ഏറ്റുപറഞ്ഞ് കോൺഗ്രസിൽ അഭയം പ്രാപിച്ചിരുന്നു.

2011 തെരഞ്ഞെടുപ്പ് ഫലം

എൽ.ഡി.എഫ്. 68

യു.ഡി.എഫ്. 72

ചെറിയ ഭൂരിപക്ഷത്തിൽ യു.ഡി.എഫ്. ഭരണം പിടിച്ചു. 100 സീറ്റ് നേടുമെന്ന് പറഞ്ഞ് യു.ഡി.എഫ്. 72 സീറ്റുകൾ നേടി. സി.പി.എം. മുന്നണി നേടിയതാവട്ടെ ആകെ 68 സീറ്റുകൾ. നാല് സീറ്റിന്റെ ഭൂരിപക്ഷത്തിൽ യു.ഡി.എഫ്. അധികാരത്തിൽ വന്നു.

ഉമ്മൻചാണ്ടി മുഖ്യമന്ത്രിയായി സത്യപ്രതിജ്ഞ ചെയ്തു. 18 അംഗ മന്ത്രിസഭ രണ്ടുതവണയായി അധികാരത്തിലെത്തി. അഞ്ചുവർഷം തുടർച്ചയായി ഉമ്മൻചാണ്ടി ഭരണം, 2011 മുതൽ 2016 വരെ.

യു.ഡി.എഫ്. ഗ്രൂപ്പുകളികൾ അക്കാലത്തും നിലനിന്നിരുന്നു. പക്ഷേ ചെന്നിത്തലയെ മന്ത്രിസഭയിൽ കയറ്റാതിരിക്കാനായിരുന്നു. ആഭ്യന്തരമന്ത്രി ആക്കിയില്ലെങ്കിൽ പിന്നെ മന്ത്രിസഭയിലേക്കില്ലെന്ന് രമേശ് ചെന്നിത്തലയും ഉറച്ച നിലപാടുകൾ എടുത്തിരുന്നു. കേരള കോൺഗ്രസിലെ പി.സി. ജോർജിന് മന്ത്രിപദം നിഷേധിച്ചതും വലിയ വിവാദ

മായിരുന്നു. എന്നാൽ ഗവൺമെന്റ് ചീഫ് വിപ്പ് സ്ഥാനം അദ്ദേഹത്തിന് നൽകി.

അധികാരത്തിലേറി രണ്ട് മാസത്തിനുള്ളിൽ തന്നെ പാമോലിൻ കേസിൽ വിജിലൻസ് കോടതി തുടരന്വേഷണത്തിന് ഉത്തരവിട്ടിരുന്നു. 1999ൽ രജിസ്റ്റർ ചെയ്ത ഈ കേസ് കഴിഞ്ഞ വി.എസ്. സർക്കാർ പുനരന്വേഷണത്തിന് ഉത്തരവിട്ടിരുന്നു. ജനസമ്പർക്ക പരിപാടികളും വികസന പദ്ധതികളുമൊക്കെ കൊണ്ട് ജനകീയമായ സർക്കാർ. ഉമ്മൻചാണ്ടി കേരളത്തിൽ ജനസമ്പർക്ക പരിപാടിയിലൂടെ രാത്രിയും പകലുമായി ജനസാഗരങ്ങൾ തീർത്തു. പൊതുജനങ്ങൾക്കിടയിൽനിന്ന് നേരിട്ട് നിവേദനങ്ങൾ മേടിച്ചും നേരിട്ട് പരാതികൾ പരിഹരിക്കാൻ ശ്രമം നടത്തിയും മുഖ്യമന്ത്രി കേരളത്തിലങ്ങോളമിങ്ങോളം ഓടിനടന്നു. പൊതുനങ്ങൾക്കിടയിൽ ഉമ്മൻചാണ്ടിക്ക് വലിയ പ്രതിച്ഛായ കൈവന്നു.

2013ൽ ചെന്നിത്തല - ഉമ്മൻചാണ്ടി പോര് വീണ്ടും വഷളായി. ആഭ്യന്തരമന്ത്രിപദം ഉപമുഖ്യമന്ത്രിപദം വേണമെന്ന് രമേശ് ചെന്നിത്തല വാദിച്ചു. ഇതേസമയം വനംമന്ത്രി ഗണേഷ്കുമാർ രാജിവെച്ചു. 2013 ഏപ്രിലിൽ ഭാര്യ അദ്ദേഹത്തിനെതിരെ ഗുരുതര ആരോപണങ്ങളുമായി രംഗത്തുവന്നു.

അന്നത്ത ദേശീയ നേതാവ് രാഹുൽഗാന്ധിയുടെ പ്രത്യേക താല്പര്യത്തിൽ വി.എം. സുധീരൻ കെ.പി.സി.സി. പ്രസിഡണ്ടായി. 2014 ഫെബ്രുവരിയിൽ വി.എം.സുധീരൻ കെ.പി.സി.സി. പ്രസിഡണ്ടായി അധികാരമേറ്റു. ചെന്നിത്തല-ഉമ്മൻചാണ്ടി ഗ്രൂപ്പുകളുടെ കടുത്ത എതിർപ്പിൽതന്നെയായിരുന്നു അത്.

രാഹുൽഗാന്ധി ഇടപെട്ടുകൊണ്ടാണ് വി.എം. സുധീരനെ നേതൃത്വത്തിലേക്ക് കൊണ്ടുവരുന്നത്. നന്നായി എന്ന് തോന്നിപ്പിച്ച് അവസാനം അഴിമതിയിൽ മുങ്ങിക്കുളിച്ചുപോയി ഉമ്മൻചാണ്ടി സർക്കാർ. സോളാർ കേസ് മുതൽ ബാർകോഴ വരെ ഉള്ള നിരവധി പ്രശ്നങ്ങൾ. സോളാർ കേസിൽ ഒരു ഡസനിൽപരം നേതാക്കൾ ആരോപണവി

ധേയരായി. അതിൽപ്പെടാത്ത നേതാക്കൾ വളരെ കുറവ്. കേരള ചരിത്രത്തിൽ ഒരു കോൺഗ്രസ് സർക്കാരും ഇത്രയും പഴി കേട്ടതായി ആരും ഒരുപക്ഷേ ഓർക്കുകപോലുമില്ല.

കേരള കോൺഗ്രസും യു.ഡി.എഫുമായി ഉള്ള അകൽച്ച അഴിമതിയെ പറ്റിയുള്ള ജനസങ്കല്പത്തെ തന്നെ ഈ സർക്കാർ കേരളത്തിൽ മാറ്റിമറിച്ചു. പ്രതിപക്ഷനേതാവായി വി.എസ്. അച്യുതാനന്ദൻ കളം നിറഞ്ഞു. കൂടെ പാർട്ടി സെക്രട്ടറിയായി പിണറായി വിജയനും സർക്കാരിന് എതിരെ തിരിഞ്ഞു.

ഒരുപാട് അഴിമതി ആരോപണം നേരിട്ട മുഖ്യമന്ത്രി ഉമ്മൻചാണ്ടി മനഃസാക്ഷിയുടെ കോടതിയിൽ അഭയം പ്രാപിച്ചു. പഴയ ധാർമ്മികതയുടെ വക്താവ് വല്ലാതെ വിയർത്തു കേരളത്തിന് മുന്നിൽ. ഭരണത്തിന്റെ അവസാനഘട്ടത്തിൽ യു.ഡി.എഫ്. സമ്മർദ്ദത്തിലായി.

ഇക്കാലത്തു കോളിളക്കം സൃഷ്ടിച്ച ടി.പി. ചന്ദ്രശേഖരൻ വധവും അതുമായി ബന്ധപ്പെട്ട വിവാദങ്ങളും വന്നു.

2012 മെയ് നാലാം തീയതി 12 മണി. കേരള രാഷ്ട്രീയത്തെ കീഴ്മേൽ മറിച്ച ഒരു അരുംകൊല നടക്കുന്നു. സി.പി.എം. കമ്മ്യൂണിസ്റ്റ് പ്രസ്ഥാനങ്ങൾക്ക് വേരുള്ള ഒഞ്ചിയത്ത് നിന്നും സി.പി.എം. വിമതൻ ടി.പി. ചന്ദ്രശേഖരൻ തെരുവിൽ കൊല്ലപ്പെടുന്നു. അത് കേരള രാഷ്ട്രീയത്തെ അന്നോളം കണ്ടിട്ടില്ലാത്തവിധം പിടിച്ചുലയ്ക്കുന്ന കാഴ്ചയായിരുന്നു.

ആ മരണശേഷം പിണറായി വിജയൻ നടത്തിയ കുലംകുത്തി പരാമർശം വിവാദമായി. 'കുലംകുത്തി എല്ലാ കാലത്തും കുലംകുത്തി തന്നെയാണ്' എന്ന പ്രസ്താവന പ്രതിപക്ഷം ആഘോഷമായി കൊണ്ടുനടന്നു. അവർ പിണറായിക്കെതിരെ കോപ്പുകൂട്ടി.

അതേസമയം എം.എം. മണി എന്ന ഇടുക്കി നേതാവ് പൊതുയോഗത്തിൽ വൺ ടു ത്രീ പ്രയോഗം നടത്തിയത് വിവാദങ്ങളിൽ ഇടംപിടിച്ചു.

ഉപതെരഞ്ഞെടുപ്പ്

2011 ഒക്ടോബർ 11ന് ഭക്ഷ്യ പൊതുഭരണവകുപ്പ് മന്ത്രി കേരള കോൺഗ്രസിലെ ടി.എം. ജേക്കബ് അന്തരിച്ചു. തുടർന്ന് പിറവത്ത് മാർച്ചിൽ നടന്ന ഉപതെരഞ്ഞെടുപ്പിൽ പന്ത്രണ്ടായിരത്തിലധികം വോട്ടുകൾക്ക് ടി.എം. ജേക്കബിന്റെ മകൻ അനൂപ് ജേക്കബ് വിജയിച്ചു. ഈ സമയത്തുതന്നെ നെയ്യാറ്റിൻകര എം.എൽ.എ. ആർ സെൽവരാജ് എം.എൽ.എ സ്ഥാനവും പാർട്ടി അംഗത്വവും രാജിവെച്ചു. ജൂണിൽ ഉപതെരഞ്ഞെടുപ്പ്. സെൽവരാജ് യു.ഡി.എഫ് സ്ഥാനാർത്ഥിയായി മത്സരിച്ച് 1334 വോട്ടിന് വിജയിക്കുന്നു.

ഈ സമയം എൻ.ഡി.എ. സ്ഥാനാർത്ഥിയായി മത്സരിച്ച ഒ. രാജഗോപാൽ നെയ്യാറ്റിൻകരയിൽ മികച്ച മുന്നേറ്റം നടത്തി. ആ തിരഞ്ഞെടുപ്പ് ദിവസം വി.എസ്. അച്യുതാനന്ദൻ ടി.പി. ചന്ദ്രശേഖരന്റെ വീട്ടിൽ പോയി ഭാര്യ രമയെ കണ്ടു. അത് തത്സമയം മാധ്യമങ്ങളിലൂടെ ജനം മുഴുവൻ കണ്ടു. ആ തിരഞ്ഞെടുപ്പൽ അത് പാർട്ടിയെ കുഴപ്പത്തിലാക്കാൻ വേണ്ടിയുള്ള ഒരു വി.എസിന്റെ ശ്രമമായി പലരും വ്യാഖ്യാനിച്ചു.

നിലവിൽ നാല് മന്ത്രിമാരുള്ള മുസ്ലീംലീഗ് അഞ്ചാം മന്ത്രിസ്ഥാനം ചോദിച്ചു യു.ഡി.എഫിനെ പ്രതിരോധത്തിലാക്കി. അവസാനം ഏപ്രിൽ 12ന് മഞ്ഞളാംകുഴി അലി ലീഗിന്റെ അഞ്ചാം മന്ത്രിയായി അധികാരമേറ്റു. ഒരുപാട് അഴിമതി ആരോപണങ്ങൾക്കുമേൽ പിടിച്ചുനിന്ന ഒരു ഗവൺമെന്റായിരുന്നു ഇത്.

സുധീരന്റെ മദ്യനയം

നിലവാരമില്ലാത്ത ബാറുകൾ കേരളത്തിൽ അടയ്ക്കണമെന്ന് വി.എം. സുധീരൻ നിലപാടെടുത്തു. ഇത് കേരളത്തിൽ 2015ൽ കോളിളക്കം സൃഷ്ടിച്ചു. കൂടെ യു.ഡി.എഫ്. സർക്കാരിനെയും. ഇനി കേരളത്തിൽ പുതുതായി ബാറുകൾക്ക് അനുമതി കൊടുക്കില്ല എന്നും നിലപാടെടുത്തു. 700ലധികം ബാറുകൾ തുറക്കരുതെന്ന് സർക്കാർ നിലപാടെടുത്തു.

അഴിമതി ആരോപണം

സർക്കാരിന്റെ ഈ ഫൈവ്സ്റ്റാർ നയം മാറ്റാൻ വേണ്ടി കെ.എം. മാണിയും കെ.ബാബുവും കോഴ വാങ്ങിയെന്ന് ബിജു രമേഷ് ആരോപണം ഉന്നയിച്ചു. പ്രതിപക്ഷം അതേറ്റു പിടിച്ചു. നിയമസഭയിൽ കയ്യാങ്കളി വരെ ഉണ്ടായി. എം.എൽ.എ.മാർക്കെതിരെ കേസെടുത്തു. ഈ ബാർ കോഴയിൽ തൂങ്ങി കോൺഗ്രസ് കെ.എം. മാണിയെ ആക്രമിച്ചു. അവസാനം കേരള കോൺഗ്രസ് കോൺഗ്രസുമായി പിണങ്ങി. കെ.എം. മാണി മന്ത്രിസ്ഥാനം രാജിവെച്ചു.

നായർ സമുദായത്തിൽ നിന്നുള്ള ഒരാളെ താക്കോൽ സ്ഥാനത്തേക്ക് കൊണ്ടുവരാൻ പെരുന്നയിൽ നിന്ന് ഓർഡർ വന്നു. അങ്ങനെ 2014 ജനുവരിയിൽ ചെന്നിത്തല ആഭ്യന്തരമന്ത്രിയായി അധികാരമേറ്റു. ഗ്രൂപ്പ് വഴക്ക് അവസാനിപ്പിച്ച് ഹിന്ദു സമൂഹത്തിനെ പ്രീണിപ്പിക്കുക എന്ന ഹൈക്കമൊൻഡ് നിലപാടും ഇതിനുപിന്നിൽ പ്രവർത്തിച്ചിരുന്നു.

2014 ലോകസഭാ തെരഞ്ഞെടുപ്പിൽ 12-8 എന്ന നിലയിൽ യു.ഡി.എഫ്. കേരളത്തിൽ വിജയിച്ചു. കേന്ദ്രത്തിൽ കോൺഗ്രസ് അപ്രസക്തമായ ഒരു കാലഘട്ടമാണ് ഇത്. ഇന്ത്യയിലെ ഒരു കോൺഗ്രസുകാരനും മറക്കാൻ പറ്റാത്ത ദിനം എന്ന് വേണം പറയാൻ. നരേന്ദ്രമോഡി-അമിത്ഷാ കൂട്ടുകെട്ടിൽ ബി.ജെ.പി. കേന്ദ്രത്തിൽ അധികാരത്തിലെത്തി.

സോളാർ വിപ്ലവം

2013 ജൂൺ 13 സോളാർ പാനൽ വ്യവസായി സരിത എസ്. നായർ ഭർത്താവ് ബിജു രാധാകൃഷ്ണൻ എന്നിവർ വഞ്ചനാ കേസിൽ അറസ്റ്റിലായി. കോൺഗ്രസ് എം.എൽ.എ.മാർ, മന്ത്രിമാർ, അവരുടെ പേഴ്സണൽ സ്റ്റാഫുകൾ തുടങ്ങിയ നിരവധിപേർ കുംഭകോണത്തിൽ ഭാഗമായിരുന്നു എന്നുള്ള വാർത്തകൾ പുറത്തുവന്നു. എന്നാൽ ഇതിൽ ഏറെ വിവാദമായത് മുഖ്യമന്ത്രിയുടെ പേഴ്സണൽ സ്റ്റാഫ് അംഗങ്ങൾ ഇതിൽപ്പെട്ടിരുന്നു എന്നതായിരുന്നു.

ദിവസങ്ങൾ പോയി, വിവാദം കനത്തു, സർക്കാർ ഉലഞ്ഞു. 'തന്നെ മുഖ്യമന്ത്രി ഉമ്മൻചാണ്ടി ലൈംഗികമായി പീഡിപ്പിച്ചു, തന്റെ പക്കൽനിന്ന് കൈക്കൂലി മേടിച്ചു' എന്ന് സരിത നായർ ആരോപണമുന്നയിച്ചത് വാർത്തകളിൽ ഇടംപിടിച്ചു.

കോൺഗ്രസിനോടുള്ള പൊതുജനങ്ങൾക്കുള്ള ഇഷ്ടം നഷ്ടമായ ദിനങ്ങളായിരുന്നു അത്. പ്രതിപക്ഷം സമരങ്ങൾ ആളിക്കത്തിച്ചു. ആളുകൾ സെക്രട്ടറിയേറ്റ് വളയുന്ന രീതിയിലുള്ള പുതിയ സമരമാർഗ്ഗങ്ങൾ

കേരളത്തിൽ അരങ്ങേറി.

അതേസമയം തന്നെ മുഖ്യമന്ത്രിയുടെ ഗൺമാനായിരുന്ന സലിം രാജ് ഉൾപ്പെട്ട ഭൂമി കയ്യേറ്റ കേസ് വരികയും ചെയ്തു. ഉമ്മൻചാണ്ടി വീണ്ടും പ്രതിരോധത്തിലായി. ഉമ്മൻചാണ്ടി കാര്യങ്ങൾ വിശദീകരിക്കാൻ തന്നെ നന്നേ പാടുപെട്ടു.

ഇതിനിടയിൽ ബാർ കോഴയുമായി ബന്ധപ്പെട്ട് കെ. ബാബു രാജി വെച്ചു. പിന്നീട് അത് പിൻവലിക്കുകയും ചെയ്തു. 2015 മാർച്ചിൽ നിയമസഭാ സ്പീക്കർ ജി. കാർത്തികേയൻ അന്തരിച്ചു. പകരം നടന്ന ഉപതെരഞ്ഞെടുപ്പിൽ മകൻ ശബരീനാഥൻ സ്ഥാനാർത്ഥിയായി വിജയിച്ചു.

2016 തിരഞ്ഞെടുപ്പിൽ അഴിമതിയിൽ മുങ്ങിക്കുളിച്ച ഉമ്മൻചാണ്ടി സർക്കാറിനെ ജനങ്ങൾക്ക് മുന്നിൽ തുറന്നു കാട്ടുകയേ വേണ്ടിയുള്ളൂ, പ്രതിപക്ഷത്തിനു ഭരണവിരുദ്ധവികാരം ഇളക്കിവിട്ട് വിജയിക്കാൻ.

2016 തിരഞ്ഞെടുപ്പ്
ഇടത്തോട്ട് നീങ്ങിയ കേരളം

എല്ലാം ശരിയാവും

വലിയ അഴിമതിയിൽ മുങ്ങിക്കുളിച്ച യു.ഡി.എഫ്. ഗവൺമെന്റിനെ കേരളത്തിന്റെ അധികാരകേന്ദ്രങ്ങളിൽ നിന്ന് രാഷ്ട്രീയത്തിന്റെ പുറമ്പോക്കിലേക്ക് തള്ളിവിടണമെന്ന മുദ്രാവാക്യവുമായി സി.പി.എം. മുന്നണി തെരഞ്ഞെടുപ്പിനെ നേരിട്ടു. കേരളചരിത്രത്തിൽ ആദ്യമായി ഭിന്നലിംഗക്കാരായ വോട്ടർമാരെ ഉൾപ്പെടുത്തിയുള്ള തെരഞ്ഞെടുപ്പായിരുന്നു അത്.

പതിനാലാം നിയമസഭയിലേക്ക് നടന്ന തെരഞ്ഞെടുപ്പിൽ ആകെയുള്ള 140 മണ്ഡലങ്ങളിൽ 85 എണ്ണത്തിലും എൽ.ഡി.എഫ്. വിജയിച്ചു. ആറ് സ്വതന്ത്രർ കൂടി പിന്തുണ നൽകിയതോടെ 91 സീറ്റുകൾ നേടിക്കൊണ്ട് എൽ.ഡി.എഫ്. അധികാരത്തിലെത്തി.

തിരഞ്ഞെടുപ്പ് ഫലം വന്നു.

എൽ.ഡി.എഫ്. 91

യു.ഡി.എഫ്. 47

എൻ.ഡി.എ. 1

സ്വതന്ത്രൻ 1 (പി.സി. ജോർജ്ജ്)

2011 മുതൽ അധികാരത്തിലിരുന്ന യു.ഡി.എഫിന് ഈ തിരഞ്ഞെടുപ്പിൽ 47 സീറ്റുകൾ മാത്രമാണ് നേടാൻ കഴിഞ്ഞത്. കേരളത്തിൽ ബി.ജെ.പി.യുടെ സാന്നിധ്യം അറിയിക്കൽ കൂടിയായി ഈ തെരഞ്ഞെടുപ്പ്.

അങ്ങനെ ചരിത്രത്തിലാദ്യമായി ഒരു ബി.ജെ.പി. എം.എൽ.എ. ഒ രാജഗോപാൽ നേമം മണ്ഡലത്തിൽ നിന്നും കേരളനിയമസഭയിലെത്തി. മൂന്നു മുന്നണികളെയും പിന്നിലാക്കിക്കൊണ്ട് പൂഞ്ഞാർ മണ്ഡലത്തിലെ സ്വതന്ത്രസ്ഥാനാർത്ഥി പി.സി. ജോർജ്ജ് വിജയിച്ചതും

ശ്രദ്ധേയമായി. സി.പി.എം. അധികാരത്തിൽ വന്നു. വി.എസ്. മാറി പിണറായി വിജയൻ പുതിയ മുഖ്യമന്ത്രിയായി.

പിണറായി യുഗം

കേരള ഭരണത്തിന്റെ ആദ്യം മുതലേ കേന്ദ്രത്തിലെ സംഘപരിവാർ ഗവൺമെന്റിന്റെ പല നിലപാടുകളുമായി കേരളവും സർക്കാരും നിരന്തരം കലഹിച്ചുകൊണ്ടേയിരുന്നു. പിണറായി വിജയൻ എന്നത് ഒരു വലിയ ബ്രാൻഡ് ആയി മാറുന്ന കാഴ്ചയും കേരളം കണ്ടു. പിണറായിക്കെതിരെയുള്ള ബി.ജെ.പി.യുടെ തന്നെ പല ക്യാമ്പയിനുകളും മറ്റും അവർക്കുതന്നെ എതിരായുള്ള വിപരീതഫലം നൽകി. അതും പിണറായി എന്ന ബ്രാൻഡിന് ഗുണം ചെയ്തു.

ചരിത്രപ്രസിദ്ധമായ ശബരിമല വിധി സുപ്രീംകോടതിയിൽനിന്നും വന്നു. പിന്നീട് അതുമായി ബന്ധപ്പെട്ട ഒരുപാട് രാഷ്ട്രീയ കോലാഹലങ്ങളും കേരളത്തിൽ അരങ്ങേറി. തുടർന്നുള്ള ലോകസഭാ കോൺഗ്രസ് മുന്നണി 19-1 എൽ.ഡി.എഫിനെ നിലംപരിശാക്കി സീറ്റുകൾ തൂത്തുവാരി.

കേരളത്തിൽ പതിവിൽ നിന്ന് വിപരീതമായി വന്ന പ്രകൃതിദുരന്തങ്ങളും രോഗങ്ങളും മറ്റും കേരളത്തെ വല്ലാതെ പരീക്ഷിച്ചു. ആദ്യം ഓഖി. പിന്നീട് രണ്ട് പ്രളയങ്ങളും. കേരളത്തെ അതൊക്കെ വല്ലാത്ത കഷ്ടത്തിലാക്കി.

സർക്കാരിന്റെ അവസാന കാലഘട്ടങ്ങളിൽ തന്നെ കൊറോണ വൈറസ് എന്ന മാരകരോഗം ചൈനയിൽനിന്നും ലോകത്തെമ്പാടും പൊട്ടിപ്പുറപ്പെട്ടു. കോവിഡ് നിയന്ത്രണത്തിലും രോഗപരിചരണത്തിലും കേരളവും കേരളത്തിലെ ആരോഗ്യമേഖലയും മന്ത്രി കെ.കെ. ശൈലജടീച്ചറും മികച്ചുനിന്നു. അവർ ലോകശ്രദ്ധനേടി.

മരുന്നില്ലാത്ത വൈറസിനു മുന്നിൽ ലോകംതന്നെ വലിയ പ്രശ്നത്തിലകപ്പെട്ടു. രാജ്യങ്ങൾ പലതും അടച്ചിട്ടു. കേരളവും ഇന്ത്യയും അതിന്റെ ഭാഗമായി. ഇക്കാലയളവിൽ എല്ലാംതന്നെ ഗവൺമെന്റ് ജനകീയ പരിപാടികളുമായി മുൻപോട്ടുപോയി. സാധാരണക്കാരിലേക്ക് എത്തിച്ചേരുന്ന പദ്ധതികൾ പിണറായി സർക്കാർ ആവിഷ്കരിച്ചു. ലൈഫ് മിഷൻ പദ്ധതിയും സ്കൂൾ നവീകരണവും എന്ന് തുടങ്ങി ഒരുപാട് കാര്യങ്ങൾ.

കേരള സമ്പദ്ഘടനയെ തന്നെ മാറ്റിമറിക്കാൻ കെൽപുള്ള കിഫ്ബി എന്ന പുതിയ സംരംഭം സർക്കാർ തുടങ്ങി. സർക്കാർ ഭക്ഷ്യകിറ്റുകളിലൂടെ ജനങ്ങളിലേക്ക് ഇറങ്ങിച്ചെന്നു. ക്ഷേമപെൻഷൻ തുക ഭീമമായി വർദ്ധിപ്പിക്കുകയും ചെയ്തു. കൊറോണയോടെ ശൈലജ ടീച്ചർ എന്ന പുതിയ മുഖം സി.പി.ഐ.എം.നു കൂടുതൽ പ്രകാശം നൽകി. സി.പി.ഐ.എമ്മിന്റെ മറ്റൊരു മുഖമായി ടീച്ചറമ്മ എന്ന മന്ത്രി.

വിവാദങ്ങൾ

അവസാനവർഷത്തിലേക്ക് കടക്കുമ്പോൾ ഒരുപിടി വിവാദങ്ങളും സർക്കാരിനെ തേടിയെത്തി. യു.എ.ഇ.യിൽ നിന്നും സ്വർണ്ണം കേരളത്തിലേക്ക് കടത്തിയ വിഷയത്തെ ചൊല്ലി അന്വേഷണങ്ങളും അന്വേഷണ ഏജൻസികളും കേരളത്തിൽ വട്ടമിട്ട് പറക്കാൻ തുടങ്ങി. കേരളത്തിന്റെ ഭരണസിരാകേന്ദ്രങ്ങളിൽ പ്രത്യേകിച്ചും മുഖ്യമന്ത്രിയുടെ ഓഫീസിൽ.

പുതിയ കെ.പി.സി.സി. പ്രസിഡന്റ് ആയ മുല്ലപ്പള്ളി രാമചന്ദ്രൻ അത്രകണ്ട് ശോഭിച്ചില്ല. പല പെരുമാറ്റങ്ങളും ഗുണത്തേക്കാൾ ഏറെ ദോഷം ചെയ്തു. രമേശ് ചെന്നിത്തല സർക്കാരിന് എതിരെ ആരോപണങ്ങളുടെ പെരുമഴ തീർത്തപ്പോൾ ആരോപണങ്ങളിൽ പലതും ഏറ്റില്ല. എന്നാൽ ചിലതു വിജയം കൊയ്തു.

സ്വർണപർവ്വം

സ്വപ്നയുടെ തോളിലേറി പിണറായി സർക്കാർ ആക്രമിക്കപ്പെട്ടു. മുഖ്യന്റെ പ്രിൻസിപ്പൽ സെക്രട്ടറി ആരോപണങ്ങൾക്ക് മുന്നിൽ കുടു

ങ്ങി. അത് സർക്കാറിന്റെ പ്രതിച്ഛായയെ വല്ലാതെ ബാധിച്ചു. പ്രതിപക്ഷത്തിന് കിട്ടിയ വലിയ ഒരു പിടിവള്ളിയായിരുന്നു സ്വപ്ന. കെ.ടി. ജലീലും, ശ്രീരാമകൃഷ്ണനും ഇ.ഡി. ഓഫീസിൽ കയറിയിറങ്ങി. കസ്റ്റംസ്, ഇ.ഡി. തുടങ്ങിയ ഏജൻസികളുടെ നടപടികൾ കേന്ദ്രത്തിന്റെ ഇടതുവിരുദ്ധതയാണ് ഇതെന്ന് കാണിച്ച് ഇടതുപക്ഷം പ്രചാരണം ആരംഭിച്ചു.

വീണ്ടും തിരഞ്ഞെടുപ്പിലേക്ക് കേരളം 2021

അടുത്ത തിരഞ്ഞെടുപ്പ് മുന്നിൽകണ്ട് അയ്യപ്പന്റെ രാഷ്ട്രീയം പറഞ്ഞ് ബി.ജെ.പി. കളം നിറഞ്ഞുനിന്നു. പഴയ മുഖ്യൻ ഉമ്മൻചാണ്ടിയെ മുൻനിർത്തി കോൺഗ്രസ് പടനയിച്ചു. ഒരു സോളാർ എഫക്ട് ഉണ്ടാക്കാൻ സ്വപ്നയുടെ ഈ സ്വർണ്ണക്കടത്തിന് പറ്റുമോ എന്ന് ജനം കാത്തിരുന്നു. എന്നാൽ ജനവിധി വന്നു. 99 സീറ്റുകളുമായി പിണറായി വിജയൻ തന്നെ തുടർഭരണത്തിൽ. കേരളം വീണ്ടും ഇടതുപക്ഷഭരണത്തിൽ. പിണറായിയുടെ മുൻമന്ത്രിസഭയിലെ പല പ്രഗത്ഭരും മന്ത്രിസഭയിലില്ലാതെ പിണറായിയുടെ പുതുമുഖ ടീം ഭരണചക്രം തിരിക്കുന്നത് നാം കാണുന്നു.

●

www.ingramcontent.com/pod-product-compliance
Lightning Source LLC
LaVergne TN
LVHW060131051026
849517LV00007B/2447
* 9 7 8 9 3 9 3 3 9 7 0 9 6 *